டாக்ஸி டிரைவர்

டாக்ஸி டிரைவர்

ஆனந்த் ராகவ்

கிழக்கு

டாக்ஸி டிரைவர்
Taxi Driver
Anand Raghav ©

First Edition: July 2017
120 Pages
Printed in India.

ISBN 978-93-86737-00-7
Kizhakku - 1007

Kizhakku Pathippagam
177/103, First Floor,
Ambal's Building, Lloyds Road,
Royapettah, Chennai - 600 014.
Ph: +91-44-4200-9603

Email : support@nhm.in
Website : www.nhm.in

🅕 kizhakkupathippagam
🅣 kizhakku_nhm

Author's Email: anandraghav@yahoo.com

Kizhakku Pathippagam is an imprint of New Horizon Media Private Limited.

This book is sold subject to the condition that it shall not, by way of trade or otherwise, be lent, resold, hired out, or otherwise circulated without the publisher's prior written consent in any form of binding or cover other than that in which it is published and without a similar condition including this the rights under copyright reserved above, no part of this publication may be reproduced, stored in or introduced into a retrieval system, or transmitted in any form or by any means (electronic, mechanical, photocopying, recording or otherwise), without the prior written permission of both the copyright owner and the above-mentioned publisher of this book.

> சுஜாதாவின் சிறுகதைகளில் கிடைக்கும் சம்பாஷணை சுகங்கள் ஆனந்த் ராகவ் கதைகளில் பரவலாகவும் மிக எளிதாகவும் கிடைக்கின்றன. அதே போன்று சூழலின் வர்ணனைகள் மிகவும் துல்லியமான பார்வையுடன், மிகவும் கூர்மையாக எவ்வித பிரயாசையும் இன்றி எதேச்சையாக வந்து விழுகின்ற சுகத்தை இந்தக் கதைகளின் ஊடாகப் பயணிக்கும் போது யாரும் உணரலாம்.

முன்னுரை

தமிழகத்தின் அனைத்து முன்னணி இதழ்களிலும் பத்து வருடங்களாய் எழுதி வரும் ஆனந்த் ராகவ் இதுவரை அறுபது சிறுகதைகள், ஏழு மேடை நாடகங்கள் எழுதியிருக்கிறார்.

இலக்கியச் சிந்தனை அமைப்பின் 2010 ஆம் ஆண்டின் சிறந்த சிறுகதைக்கான விருது பெற்றவர். இதைத் தவிர இலக்கியச் சிந்தனையின் மாதாந்திரப் பரிசுகள், விகடன் முத்திரைக்கதை பரிசுகள் மற்றும் சிறுகதைப் போட்டிகளில் பரிசுகள் பெற்றவர். இந்திய ராமாயணங்களோடு தாய்லாந்து, மற்றும் இதர தென்கிழக்கு ஆசிய ராமாயணங்களை ஒப்பிட்டு எழுதிய 'ராமகியன்' என்கிற இவரது புத்தகம் குறிப்பிடத்தக்க ஒன்று. தமிழிலும் ஆங்கிலத்திலும் நாடகங்களை எழுதி இயக்குகிறார். இவரது நாடகங்கள் சென்னை, பெங்களூர், தாய்லாந்து, அமெரிக்கா போன்ற இடங்களில் இதுவரை நாற்பது முறை மேடையேற்றப்பட்டுள்ளன. 'நிபுணன்' தமிழ்த் திரைப்படம் மூலமாக திரைக்கதை வசனகர்த்தாவாக திரையுலகிலும் அறிமுகமானவர்.

ஆனந்த் ராகவின் கதைகள் நேரடியாக வாசகர்களுடன் பேசுபவை. பாசாங்கில்லாத, பூடகமில்லாத அவரது கதாபாத்திரங்களை அன்றாடம் நாம் சந்திக்கலாம். சரளமான விறுவிறுப்பான நடை, இயல்பான நகைச்சுவை ததும்பும் மொழி, சட்டென்று திசை மாறும் முடிவு என்று ஆரம்பகாலத்திலேயே தனக்கென்று ஒரு பிரத்யேக நடையழகை உருவாக்கிக்கொண்டவர்.

எனக்குப் பிடித்த நூறு தமிழ்ச் சிறுகதைகளில் வண்ணநிலவனின் 'எஸ்தர்' கதைக்கு அடுத்து ஆனந்த் ராகவின் 'துளி விஷம்' கதையும் உண்டு.

இரா. முருகன்

வாழ்க்கையைக் கக்கத்தில் இடுக்கிய வார்த்தைகள்

வெறும் தத்துவ விசாரங்களைக் கசக்கி எறிகிற குப்பைக் கூடையாக சிறுகதைப் படைப்புகளை இப்போது எல்லாம் அதிகமாக யாரும் அணுகுவது இல்லை. கண்களில் சோகரசத்தைப் பிழியவிட்டு எட்டி நின்று கண்ணீர் துடைக்க நீளும் துவாலைகளாகவும் சிறுகதைகளை மாற்றுவதில்லை. தாங்கள் தரிசிக்கும் வாழ்க்கையை அதன் விநோதங்களுடன், மாறாத் தன்மைகளுடன், மாறும் லயங்களுடன், சுகந்தங்களுடன் துர்கந்தங்களுடன் தங்களுக்கு முன்னர் முகிழ்த்து நிற்கும் வாழ்க்கையைக் கையில் ஏந்தி வாசகனின் பார்வைக்கு முன்வைக்கின்றனர் இன்றைய தமிழ்ப் படைப்பாளிகள்.

தங்களின் பண்டகசாலையில் இரவல் வாங்கி வந்த பொட்டலங்களை தாங்கள் கண்டெடுத்துப் போஷித்த விஷயம் என்று போலித்தனமாகப் பீற்றிக்கொள்ளும் ஜாம்பவான்கள் சிலரின் டாம்பீகங்களால் எவ்விதப் பாதிப்பும் அடையாமல் தங்களைப் பாதுகாத்து வருகிறார்கள் இன்றைய சில படைப்பாளிகள். தங்களிடம் உள்ளதை உள்ளபடி முன்னெடுத்து வைத்து வகைவகையான உலகங்களையும் மாந்தர் களையும் நம் தரிசனத்துக்கு உள்ளாக்குகிறார்கள் இவர்கள்.

அப்படியான ஒரு தனித்தன்மை ஆனந்த் ராகவ் படைப்புகளில் பரவலாகக் காணக் கிடைக்கிறது. அவருடைய சிறுகதைகளாகட்டும், நாடகங்களா கட்டும் எவ்வகையான போலித்தன்மையையும் உதறி எறிந்து உண்மையை அதன் விளிம்பு வரை துரத்திச் சென்று முகத்தை எட்டிப் பார்க்கும் பிரயாசையாகதான் அமைந்திருக்கிறது. சாரமற்ற சுவாரசியங் களையும் வெறும் தகவல்களையும் அள்ளிக்கொட்டுகிற காரியமாக அல்லாமல் வாழ்க்கை விளையாடும் பல்வேறு விநோத விளையாட்டு களை அதன் அசலான சுவாரசியங்களுடன் தருவதற்கு முயற்சிக்கின்றன இந்த ‘டாக்ஸி டிரைவர்’ தொகுப்பில் உள்ள சிறுகதைகள்.

இத்தொகுப்பில் உள்ள ஒவ்வொரு கதையும் தனித்தனியான அனுபவங்களை நம்முடன் பகிர்ந்து கொள்கின்றது; வாழ்க்கையின் விநோதமான பக்கங்களை ஒவ்வொன்றாகத் திறந்து வைத்து நம்முடன் நேரடியான உரையாடல்களை நிகழ்த்துகின்றது.

இந்தத் தொகுப்பின் ஒவ்வொரு கதையிலும் உரையாடல் பகுதியை மிகவும் கச்சிதமாக வடிவமைத்திருப்பதில் ஆனந்த் ராகவ் அடைந்திருக்கும் வெற்றியை வாசகர்கள் வெகு எளிதில் கண்டு கொள்ளலாம்.

சுஜாதாவின் சிறுகதைகளில் கிடைக்கும் சம்பாஷணை சுகங்கள் ஆனந்த் ராகவ் கதைகளில் பரவலாகவும் மிக எளிதாகவும் கிடைக்கின்றன. அதே போன்று சூழலின் வர்ணனைகள் மிகவும் துல்லியமான பார்வையுடன், மிகவும் கூர்மையாக எவ்வித பிரயாசையும் இன்றி எதேச்சையாக வந்து விழுகின்ற சுகத்தை இந்தக் கதைகளின் ஊடாகப் பயணிக்கும்போது யாரும் உணரலாம்.

ஒவ்வொரு கதையும் இத்தொகுப்பில் ஒவ்வொரு தளத்தில் தனித் தனியாகப் பயணிக்கின்றது. இந்தக் கதைகளின் மாந்தர்களும் பல நிலைகளில் உலவுகிறவர்கள். இங்கு எல்லோரும் இருக்கிறார்கள். அவர்களின் உலகம் மிகவும் மிகவும் சுவாரசியம் நிறைந்ததாக முன்னெடுத்து வைக்கப்படுகிறது. அவர்களின் ஆசாபாசங்கள் உள்ளது உள்ளபடியே எவ்வித முன்முடிவுகளும் இன்றி முன்வைக்கப் படுகின்றன.

இத்தொகுப்பில் காணப்படும் அனைத்துக் கதைகளுமே நகர் சார்ந்த களங்களை மையமாகக் கொண்டுள்ளன. நகர் சார்ந்த களங்கள் என்னும்போதே நகர் சார்ந்த ஒருவகையான செயலற்ற தன்மையும் உள்ளீடாகப் பயணித்தாக வேண்டும். அந்தச் செயலற்ற தன்மையும் இக்கதைகளின் உள்ளீடான தொனியாக உடன் தொடருகிறது.

ஒவ்வொரு கதையும் அதற்கான அனுபவத்தை நமக்கு எவ்வகையான வஞ்சனையும் இன்றி அளிக்கின்றது என்றே சொல்லலாம்.

டாக்ஸி டிரைவர், பிச்சை புகினும், சைக்கிள் போன்று வாழ்க்கையின் நகைமுரண்களை மிகவும் சாதுரியத்துடனும், சுவாரசியமாகவும் சொல்லிப் போகின்ற கதைகள் - இக்கதைகளில் எதிர் எதிர் முனைகளில் இரு விஷயங்கள் மிக எளிதாக வாழ்க்கையை எள்ளி நகையாடி நகர்கின்றன.

உரையாடலின் சுவாரசியம் நீச்சல் குளம் என்னும் கதையில் அதன் உச்சகட்டத்தை எட்டிப் பார்க்கிறது. நகர்ப்புறக் குடியிருப்பு ஒன்றின் குடியிருப்போர் சங்கக் கூட்டத்தில் நடைபெறும் உரையாடலை இதைவிட கூர்மையான பார்வையுடன் அங்கதத் தொனியில் சொல்ல முடியாது என்றுதான் தோன்றுகிறது.

இந்தத் தொகுப்பு முழுதும் கிண்டலும் எள்ளல் உணர்வும் மிகவும் அநாயாசமாகக் கையாளப்பட்டிருக்கின்றன. ஒரு அசாத்தியமான

நகைச்சுவை உணர்வுகொண்ட படைப்பாளியால்தான் இது சாத்தியப் படும். ஐன்ஸ்டீன் ஐயப்பன் சிறுகதையில் இந்த எள்ளல் சுவை மிகவும் அதிகமாக இருந்தாலும் இந்தத் தொகுப்பு முழுதும் அங்கங்கு பரவலாக இந்தச் சுவையை அனுபவிக்க முடிகிறது. வாசிப்பு சுகத்தின் ஊடாக லேசான புன்முறுவலை வாசகனிடம் இருந்து வெளியே இழுத்துப் போடும் வரிகள் இந்தத் தொகுப்பில் அங்கங்கு பரவிக் கிடக்கின்றன.

இந்தத் தொகுப்பில் என்னை மிகவும் பாதித்த இரண்டாவது மரணம் சிறுகதை நாடக வடிவிலும் வெற்றி கண்டுள்ள படைப்பாகும். வாழ்க்கையின் முரண்களை முகத்தில் அறைந்ததுபோல, மெல்லிய சோகத்துடன், ஆரவாரம் இன்றி, சொற்களின் குவியலாக அல்லாது உணர்ச்சிகளின் மென்மையான சலசலப்பாகக் கொண்டு சென்றிருப்பது இந்தப் படைப்பு காணும் கலையின் வெற்றியாகக் காண முடிகிறது.

இந்தத் தொகுப்பின் ஒவ்வொரு கதை பற்றியும் தனித்தனியாகச் சொல்லிச் செல்வது உள்ளே பயணிக்கப்போகும் வாசகர்களாகிய உங்கள் வாசிப்பு சுகத்தை பங்கம் செய்துவிடும் என்ற அச்சத்தினால் சற்று ஒதுங்கி நிற்பது மரியாதையான காரியமாக இருக்கும் என்று நினைக்கிறேன். மேலும் சில கதைகளின் இறுதிப் பகுதிகள் நம்மை லேசாகப் புன்னகைக்க வைக்கின்ற தன்மை கொண்டதாகவும் சில கதைகள் நெகிழ வைக்கிறதாகவும், சில கதைகள் முகத்தில் அறைகின்ற தன்மை கொண்டதாகவும் இருப்பதாலும் விரிவான வியாசங்களை வேண்டுமென்றே தவிர்த்திருக்கிறேன்.

இந்தத் தொகுப்பில் உள்ள கதைகளின் வார்த்தைகள் வாழ்க்கையைத் தன் கக்கத்தில் இடுக்கிக் கொண்டு நடந்து போகின்றன. அதன் ஓட்டத்துடன் விரைவாகவோ, விட்டுப் பிடித்து மீண்டும் தொடர்ந்து ஓடவோ செய்வது சுவாரசியமான காரியமாக அமைந்து போகிறது.

ஒருவகையில் இதைத்தானே நம்மை அறியாமல் அன்றாடம் வாழ்க்கையுடனும் வார்த்தைகளுடனும் நாம் செய்து வருகிறோம்?

மார்ச், 2013 **கி. பென்னேஸ்வரன்**
புது டெல்லி

எளிமையின் அழகியல்

தமிழகத்தின் அனைத்து முன்னணி இதழ்களிலும் தடம் பதித்திருக் கிறார் ஆனந்த் ராகவ். அறுபது சிறுகதைகள், ஏழு மேடை நாடகங்கள், சரித்திர ஆராய்ச்சிக் கட்டுரைகள் அவர் இயங்கும் தளம்.

இலக்கியச் சிந்தனை அமைப்பின் விருது பெற்றவர். இந்திய ராமாயணங்களோடு தாய்லாந்து, மற்றும் இதர தென்கிழக்கு ஆசிய ராமாயணங்களை ஒப்பிட்டு எழுதிய 'ராமகியன்' என்கிற நூல் இவரது படைப்புகளில் குறிப்பிடத்தக்கது. தமிழிலும் ஆங்கிலத்திலும் நாடகங்களை எழுதி இயக்குகிறார். இவரது நாடகங்கள் நாற்பது முறை மேடையேற்றப்பட்டுள்ளன. 'நிபுணன்' தமிழ்த்திரைப்படம் மூலமாக திரைக்கதை வசனகர்த்தாவாக திரையுலகிலும் அறிமுகமானவர்.

சரளமான விறுவிறுப்பான நடை, இயல்பான நகைச்சுவை ததும்பும் மொழி, சட்டென்று திசை மாறும் முடிவு என்று தனக்கென்று ஒரு பிரத்யேக நடையழகை உருவாக்கிக்கொண்டவர். அவரது எழுத்தில் மிகை இல்லை. எளிமையே அழகு என்பதில் நம்பிக்கை கொண்டவர் அவர். ஆனந்தின் பார்வைத் துல்லியமும் எடுத்துக்கொள்ளும் கோணங் களும் அபூர்வமானவை. லயிப்புடன் ஊன்றி வாசிக்கச் செய்பவை.

மோசமான நாட்டில், மோசமான மக்கள் நிறைந்த நகரங்களில் வாழும் மக்கள், பிற நாடுகளில் டாக்ஸிக்காரர்கள் நியாயமாக இருக்க மாட்டார்கள் என்று நம்புவதை அற்புதமாகப் படம் பிடித்துள்ளார் ஆனந்த் ராகவ். உரையாடல்கள் வெகு இயல்பாய், வெகு அழகாய் அமைந்துள்ளன. கதை முடிந்தபிறகும் நம் மனதில் கதை தொடர்கிறது. இலக்கியச் சிந்தனையின் 2004, ஜூலை மாதத்து சிறந்த கதையாக 'டாக்ஸி டிரைவர்' கதையைத் தேர்வு செய்கிறேன்.

பத்ரி சேஷாத்ரி

நன்றி

ஆனந்த விகடன்/ கல்கி/ கலைமகள்/ அமுதசுரபி/ அந்திமழை/
வடக்கு வாசல்/ குமுதம்/ தென்றல்/ சொல்வனம்/ வார்த்தை/
ஊஞ்சல்/ சொல்புதிது/ ஜன்னல்/ தினமலர்

அகிலன் கண்ணன்/ திருப்பூர் கிருஷ்ணன்/ சுபா வெங்கட்/
ரா.கண்ணன்/ சீதா ரவி/ கீழாம்பூர் சங்கரசுப்ரமணியன்/
பா.ராகவன்/ பத்ரி சேஷாத்ரி/ இரா.முருகன்/ மாலன் நாராயணன்/
ஏக்நாத்/ பென்னேஸ்வரன்/ ஆர்.வெங்கடேஷ்/ ஆசிஃப் மீரான்/
தளவாய் சுந்தரம்/ அண்ணா கண்ணன்/ ப்ரியா கல்யாணராமன்/
தென்றல் வெங்கட்ராமன்/ பட்டுக்கோட்டை பிரபாகர்/
மதுரபாரதி/ பாரதி ராஜா/ அ.மா.சாமி/ மு.இராமநாதன்/
சுப்ரஜா ஸ்ரீதரன்/ ஹரன் பிரசன்னா

தீபா ராமானுஜம்/ காத்தாடி ராமமூர்த்தி/ TD சுந்தரராஜன்/
சிவாஜி சதுர்வேதி/ பிரேமா சதாசிவம்/ டெல்லி கணேஷ்/
ஜி.கிருஷ்ணமூர்த்தி/ சுவாமிநாதன் கணேசன்/ கணேஷ் சந்திரா/
வீயெஸ்வி/ சாருகேசி/ அனுராதா ரமணன்/ கௌசல்யா சந்தானம்/
சுகந்தி கிருஷ்ணமாச்சாரி/ கதிர் சிவகுமார்/ அறந்தை மணியன்/
க்ளிக் ரவி/ கல்கி சந்திரமௌலி/ சாய்ராம் சுகுமாரன்/
சதீஷ் சந்திரா பெங்களூர்/ முருகேஷ்

அருண் வைத்தியநாதன்

கணேஷ் ஸ்ரீநிவாசன்

உள்ளே

1. அகதி / 15
2. நீச்சல் குளம் / 23
3. விலை / 33
4. டாக்ஸி டிரைவர் / 41
5. ஐன்ஸ்டீன் ஐயப்பன் / 48
6. அம்மாவின் நகை / 57
7. பாதை / 64
8. திரை / 71
9. போக்குவரத்து / 84
10. மருந்து / 89
11. இரண்டாவது மரணம் / 97
12. யார் அது அழுவது? / 113

அகதி

சுழித்துக்கொண்டு ஓடும் ஆற்றின் குறுக்கே நீண்டிருந்த ஈரமான மூங்கில்களின் மேல் கால் பதித்து நடந்து கடக்கும்போது எதிர்ப்புறம் கைநீட்டி அழைக்கும் அந்த அழகான இளைஞன் மேல் கண் பதிந்து கவனம் சிதற கால் லேசாகச் சறுக்குகிறது. நதியில் காத்திருக்கும் முதலைகள் இடறிவிழும் அவளை விழுங்க வாய் பிளக்கும்போது அந்த இளைஞன், ''மிம்மி வெய் எழுந்திரு, போலீஸ்...'' என்கிறான் பதற்றத்துடன். ததும்புகிற பெரிய மார்பகங்களோடும், சிவந்த முகத்தோடும் குனிந்து அவளை உலுக்கி எழுப்பிய மாலதியம்மாள் கண்களை நிறைத்தபடி ''எழுந்திருடி... போலீஸ்...'' என்றாள் அவசரமாய்.

போலீஸ் என்ற வார்த்தை தாக்கியதுமே தூக்கம் முற்றுமாய் விலகி விருட்டென்று எழுந்திருந்தாள் சீதா. போலீஸ்... தினம் தினம் எதிர் பார்க்கும் போலீஸ்... இம்மிக்ரேஷன் போலீஸ்...

பர்மாவிலிருந்து எல்லை கடந்து தாய்லாந்தின் பாதுகாப்பில் வாழ வந்த 'மிம்மி வெய்' என்கிற சீதா, சீரழிந்த பொருளாதாரத்தால், ராணுவ ஆட்சியின் கொடுமைகளுக்குப் பயந்து நாட்டைத் துறந்து, தாய்லாந்தின் செழிப்பு அளிக்கும் ஏராளமான சாத்தியக்கூறுகள் ஈர்க்க, வீசா இல்லாமல் விதிமுறைகளை மீறி, ஊருக்குள் வந்து வேலை பார்க்கும் ஆயிரக்கணக்கானவர்களில் ஒருத்தி. கூரான நாசியும், அழகான பல் வரிசையும், வாளிப்பான இருபது வயது தேகமுமாய் வீட்டு வேலை செய்யும் பெண் என்கிற அடையாளத்துக்குச் சம்பந்தமே இல்லாமல் இருந்தாள்.

கடிகாரம் ஆறு தொட நகர்ந்து கொண்டிருந்தது. அறைச் சுவர் முழுக்கச் சிதறியிருந்த சல்மான்களும், மாதுரி தீக்ஷித்துகளும், அவளைக் கண் விலக்காமல் பார்த்து சிரித்துக்கொண்டிருந்தார்கள். அவளுடைய அறை, அந்த மூன்றாயிரம் சதுர அடி வீட்டில் அவளைப் போன்ற பணிப்பெண்களுக்கு ஒதுக்கப்பட்ட ஜன்னலில்லாத அறை. அவளின் சொற்ப உடமைகளை நிரப்பிக்கொள்ளச் சின்ன அலமாரி, சன்னமான

கட்டில், ஒட்டினாற்போல ஒரு குளியலறை. தாய்லாந்தில் நாலு வருடம் வீட்டு வேலை செய்து சம்பாதித்தால், அம்மா, அக்கா, தம்பி எல்லோரும் ஒன்றாய்க் குடியிருக்க இது போன்ற சின்ன அறை வைத்த வீடு பர்மாவில் கட்டிக்கொள்ளலாம்.

"சட்டுன்னு எழுந்து எங்கியாவது ஒளிஞ்சுக்கோ. பக்கத்துத் தெருவிலே சோதனை பண்றாங்களாம்" மாலதி அம்மாள் பதற்றம் அடங்காமல் சொல்கிறாள். இந்தியர்கள் வசிக்கும், பாங்காக்கின் 'சுகும்வித்' பகுதியில் நெருக்கமாய்க் குவிந்திருந்த அடுக்குமாடி வீடுகளில் அநேக இந்தியர்கள் அதுபோல பர்மிய அகதிகளை வேலைக்கு அமர்த்துவது காலம் காலமாய் நடந்துவருவதுதான். காவல்துறை தேடி வருவது அவளைப் போன்ற பர்மா அகதிகளைத் தேடி.

மாலதியின் பின்புறமாய் வந்து நின்ற நடராஜன் பதற்றமாய் இருந்தார். அவளைத் திருப்பியனுப்பும்படி ஒரு மாதமாய் மாலதியிடம் சொல்லிக் கொண்டிருக்கிறார். அந்த அகதிப் பெண் வீட்டில் இருப்பது தெரிந்து அகப்பட்டுக்கொண்டால் ஆயிரமாயிரமாய் அபராதம் கட்டவேண்டி வரும். தாய்லாந்தில் ஒரு பிரபல நிறுவனத்தில் உயர்பதவியில் இருக்கும் அவர் சங்கடத்துக்குள்ளாகலாம். டிபோர்ட் செய்துவிடு வார்கள் என்கிற பயம்.

பர்மிய அகதிகளை மௌனமான அங்கீகரிப்பில் காலம்காலமாய் ஏற்றுக்கொண்டிருந்த தாய்லாந்து ஓர் அரசியல் நெருக்கடியால் அவள் போன்றவர்களை வெளியேற்ற நடவடிக்கை எடுக்கத் துவங்கிய அந்த ஒரு மாதமாய் நடராஜன் அந்தப் பிரச்சனையை எதிர்பார்த்திருந்தார்.

அவர் தாய்லாந்திற்கு வேலை நிமித்தம் வந்தபோது பர்மிய அகதிகள் பரவலாய் எங்கும் தென்பட்டார்கள். நூற்பாலைகளிலும் தொழிற் சாலைகளிலும் கடினமான வேலை செய்ய, மருத்துவமனைகளில் தாதிகளாய், இந்தியர்களின் வீடுகளில் வீட்டுவேலை, சமையல், குழந்தைகள் பராமரிப்பு என்று வீட்டோடு வீடாய் இருந்து அத்தனை பணிகளைச் செய்ய தயாராய் இருந்த இந்திய வம்சாவளி பர்மியப் பெண்கள் ஒவ்வொரு இந்தியர் வீட்டிலும் இருப்பது, அந்தச் சமூகம் மறைமுகமாய் அனுமதித்த ஒன்றுதான். உள்ளூர் பணியாளர்களுக்குத் தரும் சம்பளத்தில் பாதி கொடுத்தாலும் நாணய மதிப்பின் வித்தியாசத்தால் அதை மகிழ்ச்சியாக ஏற்றுக்கொள்ளும் பர்மிய அகதிகளைப் பணிக்கு அமர்த்துவதில் தாய்லாந்தவர்களுக்கு எந்தச் சங்கடமும் இருக்கவில்லை. சீதாவும் அப்படி வந்தவள்தான்.

அவள் வயதொத்த இளம் பெண்களுடன் எல்லை தாண்டும் அபாயம் அறியாமல் வந்தவள். இடைத்தரகன் ஒருவன் மூலமாய், மேசார்ட்

எல்லையில் தங்கிக் காத்திருந்து தாய்லாந்து ராணுவத்தைச் சரிகட்டி சரியான சமயத்தில் எல்லை கடக்கும் ஆபத்தான பயணம். கூட்டி வந்த தரகன் எல்லையருகில் ஒரு வீட்டில் அத்தனை பேரையும் கிடத்தி வைத்திருந்தான்.

வெளியே தலைகாட்டாமல் முடங்கிக்கிடந்து, இரண்டு வேளை காய்ந்த சப்பாத்தியையும் பருப்பையும் சாப்பிட்டுப் பசியாறி, கூடைக்குள் திணித்து வைத்த கோழிகள்போல இதர பெண்களோடு அந்தச் சின்ன வீட்டில் அடங்கிக்கிடந்த பின் ஒரு நாள் பின்னிரவில் அந்த நீளமான வண்டி வந்தது. அவர்கள் எல்லோரையும் தரையில் உட்கார வைத்து, காய்கறி மூட்டைகளை மேலே அடுக்கி, எட்டு மணி நேர வேதனைக்குப் பின் தாய்லாந்து வந்த பயணம். தரகன் அவர்கள் எல்லாரையும் ஒவ்வோர் இடத்துக்குக் கூட்டிச் சென்றான். அப்படிதான் மாலதி வீட்டிற்கு வந்து சேர்ந்தாள்.

சீதா வெளிச்சம் பார்த்தது அங்கு வந்துதான். பெரிய அறைகள் கொண்ட அந்தப் பிரமாண்டமான வீடு அவளுக்கு வேறு விதமான சிறை. வீட்டில் யாருமில்லாதபோது மணி அடித்தால் கதவைத் திறக்க பயம். தொலைபேசித் தொடர்பைக் கண்டுபிடித்து வீட்டுக்கு போலீஸ் வந்துவிடும் என்று பர்மாவுக்கு ஃபோன் போட பயம். கடிதப் போக்குவரத்து மட்டும் அவர்களைக் கூட்டிவந்த தரகன் மூலமாய் நடக்கும். வெளியே போய் யாரையும் பார்க்க முடியாது. காய்ச்சல் வந்தால் மாலதியம்மாள் தருவதுதான் மருந்து. தாய்லாந்தின் செல்வச் சிறப்பைப் பற்றி நிறையப் படித்தாலும், சீதாவுக்குத் தெரிந்த தாய்லாந்து, மாலதி வீடும் சுற்றுமுற்றும் தெரியும் உயரமான கட்டடங்களும்தான். செய்திப் பத்திரிகைகளில் நிதானமாகப் படித்து நாட்டு நடப்புகளைத் தெரிந்துகொள்வாள். ஐந்து வருடம் இருந்தால் போதும் அதன் பிறகு திரும்பிப்போய் நாகுவைக் கல்யாணம் செய்துகொள்ள லாம் என்று கணக்குப் போட்டு வைத்திருந்தாள். அதற்குள் சுச்சி தலைமையில் பர்மாவில் ஜனநாயகம் திரும்பிவிடும், ஜனநாயகத்துக்குக் குரல் எழுப்பும் மாணவர்களை ஒடுக்க அரசாங்கம் மூடி வைத்திருக்கும் கல்லூரிகள் திறக்கப்பட்டுவிடும், நின்று போன படிப்பைத் தொடர லாம். எதிர்பார்ப்புகளோடு காத்திருப்பது கடினமாக இருப்பதில்லை.

வந்த இரண்டு வருடங்கள் ஆபத்தில்லாமல் நகர்ந்த வாழ்க்கை; நாலாயிரம் பாட் சம்பளத்தில் அவள் சொற்ப செலவும், இடைத் தரகனுக்கு கமிஷனும் போக வீட்டுக்கு அனுப்ப முடிந்த, உள்ளூர் மதிப்பில் பத்து மடங்காய்ப் பெருகும் பணம் அவர்கள் வாழ்க்கையைச் சௌகர்யமாய் எதிர்கொள்ளப் போதுமானதாய் இருந்தது. இரவு சுக்கும்வித் தெருவோரம் நடந்து போய் பொதுத்தொலைபேசிப்

பெட்டியிலிருந்து அவ்வப்போது வீட்டிற்கு ஃபோன் போட முடிந்தது. மாலதி குடும்பத்தினர் வெளியே போயிருக்கும்போது டிவிடி ப்ளேயரில் சுக்கும்வித் ப்ளாசாவில் சல்லிசாய்க் கிடைக்கிற இந்தியப் படங்களைப் பார்க்கிற இரண்டு மணி நேரம் வேறு உலகத்தில் திளைக்க முடிந்தது. சின்னதாய் செல்ஃபோன், பவுரட் மார்க்கெட்டில் சல்லிசாய் அழகு சாதனங்கள், இந்திரா மார்க்கெட்டில் விற்கும் பழைய ஜீன்ஸும் டீ ஷர்ட்டும் வாங்க அனுமதித்த வாழ்க்கை.

அதற்கப்புறம் முளைத்து விஸ்வரூபமெடுத்தது அந்த அரசியல் பிரச்சனை. பர்மாவின் ராணுவத்திற்கு எதிரான ஜனநாயகப் போராட்டங்கள் தீவிரமடைந்து, ராணுவத்துக்கும் போராளிகளுக்கும் இடையே அடிக்கடி சண்டை வலுக்கத் துவங்கிய துர்பாக்கியம். அந்தப் போராட்டத்தின் பாதிப்பு தாய்லாந்து-பர்மா எல்லைப் பிரதேசங்களில் எதிரொலிக்க ஆரம்பித்தது. விடுதலைப் படையினர் சிலர், தாக்கப்படும் தங்கள் வீரர்களுக்கு மருத்துவ வசதி கோரி தாய்லாந்தின் மருத்துவமனை ஒன்றை ஆக்ரமித்துக்கொள்ள கொந்தளிப்பான நிலையை எட்டியது அந்தப் பிரச்சனை.

பத்திரிகைகளின் கொட்டை எழுத்துக்களில் விழித்துக்கொண்டன, தொலைக்காட்சிகள் ஓயாமல் வாயாடின, அகதிகளைக் காப்பாற்று கிறோம் என்று போராளிகளுக்குத் தாய்லாந்து அரசு ஆதரவு தருவதாக பர்மிய அரசு குரல் கொடுத்தது, எதிர்க்கட்சிகள் அன்னியர்களை வெளியேற்றவேண்டும் என்று கோஷம் போட்டன. தாய்லாந்து அரசு, எதிர்க்கட்சிகளைத் திருப்தி செய்ய பர்மா நாட்டவரை வெளியேற்றும் நடவடிக்கை எடுக்க நிர்பந்திக்கப்பட்டவுடன் மெல்லத் துவங்கியது போலீஸ் கெடுபிடி. ஆயிரக்கணக்கான அகதிகள் தாய்லாந்து புகலிடம் இழக்கத் துவங்கினார்கள். எல்லையோர தொழிற்சாலைகளில், மருத்துவமனைகளில், பாங்காக் குடியிருப்புகளில்...

நேரம் செல்லச் செல்ல நடராஜனுக்கு படபடப்பு அதிகமாகி மாலதியிடம் இரைய ஆரம்பித்தார். அவளை என்ன செய்வது? எங்கே ஒளித்து வைப்பது? வீட்டுக்குள் நுழைந்து எல்லா இடங்களிலும் தேடினால்? வெளியே அனுப்பிவிடலாமா? அவள் வெளியே போகும் போது பிடிபட்டால் இந்த வீட்டில் வேலை பார்த்தது தெரிந்து விடுமே... அந்தப் பெண்ணுக்கு இணையான சங்கடத்தில் இருந்தார்கள் இருவரும். முடிவாக அவள் வீட்டில் இருக்கக்கூடாது என்று பிடிவாதமாய்ச் சொன்னார் நடராஜன்.

‘‘அப்பா, அண்ணன், உறவுக்காரங்க ஃபோன் நம்பர் இருக்குதா? அவங்களுக்கு ஃபோன் பண்ணி சொல்லு. யாரையாவது அனுப்பி கூட்டிப்போகச் சொல்லலாமா...’’

அப்பா... உயிரோடு இருக்கிறாரா இறந்து போனாரா என்றுகூட தெரியாத அப்பா. மிங்லா சே மார்க்கெட்டில் பலசரக்கு வியாபாரம் செய்த அப்பா. ஜனநாயக ஆட்சி கோரி போராடிய நூற்றுக்கணக்கான மக்களை ராணுவம் சுட்டுத் தள்ளி ரத்த வெள்ளம் ஓடியதையும், அவர் நண்பர்கள் பலர் சிறையிலிருப்பதையும் அடிக்கடி விவரிக்கும் அப்பா. அரசியல் ஈடுபாட்டால் ராணுவ ஆட்சியை எதிர்த்துப் போரிடும் தேசிய ஜனநாயக முன்னணியில் பங்கெடுத்துக்கொண்டு ராணுவ ஆட்சிக்கு எதிராக ஏதாவது கூட்டம், உண்ணாவிரதம் என்று கிளம்பிப் போகும் அப்பா.

கடைசியாகப் பார்த்தது ஐந்து வருடங்களுக்கு முன்பு...

ஓர் அமைதியான இரவில் நாலைந்து ராணுவ வீரர்கள் கதவை உடைத்து வீட்டில் நுழைந்து அவரை ரத்தம் வர அடித்த நாள். ஒருவன் துப்பாக்கியைத் தூக்கி அவரைக் குறிபார்த்தபடி எப்போது வேண்டுமானாலும் சுடுவான் என்கிறமாதிரி நின்றுகொண்டு... ‘பென்னையாவ் ஷுலே? பென்னையாவ் ஷுலே...’ என்று கேட்டுக்கொண்டேயிருக்க இன்னும் இருவர் அவரைத் தாக்கினார்கள். குறுக்கே போன அம்மா பூட்சு காலால் உதைபட்டதையும், தாக்கப் போன அண்ணனை இருவர் பிடித்துக்கொள்ள ஒருவன் துப்பாக்கியைத் திருப்பி அடி வயிற்றில் குத்தினதும் நினைத்தால் இன்னும் வலிக்கும் நாள். அப்பாவின் காலைப் பிடித்துத் தரையோடு இழுத்துப் போய் ஜீப்பில் தூக்கிப் போட்டு எடுத்துச்சென்ற அந்த இரவுக்குப் பிறகு அவர் திரும்பி வரவில்லை.

போலீஸ் கம்ப்ளெயிண்ட், மனித உரிமைக் கழகம், பத்திரிகைகளில் கட்டுரை என்று தனி மனித உரிமைகளுக்கு எந்த வித வாய்ப்பும் கொடுக்காத சமூக அமைப்பில் விசாரிக்கக்கூட பயம். அதுபோல காணாமல் போனவர்களை ‘இன்சேன்’ சிறையில் வைத்து உயிர் போகும் வரை வேலை வாங்கிச் சித்ரவதை செய்வார்கள் என்று தெரியும்.

அப்பா திரும்பி வருவார் என்று காத்துக்கொண்டிருந்த அம்மா அந்த நம்பிக்கையை இழந்து இரண்டு வருடங்களாயிற்று. அக்கம் பக்கத்திலிருந்து அவ்வப்போது மாண்டலேயிலும், பண்டுக்கிலும் நிறையப் பேர் ராணுவத்தால் சுட்டுக் கொல்லப்பட்ட செய்திகள் கசியும்போது அப்பா நினைவு அந்த வீட்டில் மௌனமாய்க் கவியும்.

‘‘பணம் குடுத்து சரிக்கட்டிட முடியாதுங்களா?’’ என்ன செய்தாவது அவளைக் காப்பாற்றமுடியுமா என்று மன்றாடிய மாலதியின் பரிந்துரைப்பையெல்லாம் கேட்க அவர் தயாராயில்லை.

‘‘நிலைமை தீவிரமாயிட்டுது. இத்தனை நாள் இல்லீகல் இம்மிக்ரண்டா ஒரு பொண்ணை வீட்டுல வச்சிருந்ததே மடத்தனம். விவாதம் பண்ண நேரமில்லை மாலதி. அவளை வெளியெ அனுப்பிடு.’’

‘‘ஒரு நாள் அவகாசம் குடுங்க ஐயா. வர்மாஜி கிட்ட ஃபோன் போட்டு சொல்லி, கூட்டிகிட்டு போயிடச் சொல்றேன்.’’

வர்மாஜி பர்மாவிலிருந்து அகதிப் பெண்களைத் தருவிக்கும் தரகன். யாருக்காவது பணியாள் வேண்டுமென்றால் இவர்களின் பிரத்யேகத் தகவல் தொடர்பில் தெரிந்துகொண்டு தேவைக்கேற்ப ஆள் அனுப்புவான். அவர்கள் சம்பாதிக்கும் பணத்தில் ஒரு பகுதியை அவனுக்குச் செலுத்த வேண்டும்.

அவர்கள் வாக்குவாதத்தின் இறுதியில் அப்போதைக்குத் தப்பும் வழி என்று யோசித்து சீதா அந்தக் குடியிருப்பின் இரைச்சலான மோட்டர் ஓடும் அறையில், குப்பைக் கூளங்களுக்கிடையே கிடத்தப்பட்டாள். கதவு திறந்ததில் வெளிச்சம் தாக்கி பெருச்சாளிகள் உசுப்பேறி ஓடின. அப்புறப்படுத்தாத இரண்டு நாள் குப்பையின் நாற்றம் மூச்சை இறுக்கியது. கதவை மூடிய பின் சூழ்ந்த இருட்டில் மௌனமாய் போலீஸ் வருவதை எதிர்நோக்கி வெளியே கேட்கும் பேச்சுக்குரல் களை பயத்துடன் கேட்டுக்கொண்டிருந்தவள், தலையைக் கவிழ்த்துக் கொண்டு அழ ஆரம்பித்தாள்.

அப்பாவைத் தொடர்ந்து ஒரு நாள் அண்ணனும் காணாமல் போனான். அவன் ஜனநாயக ஆட்சிக்குப் போராடும் கொரில்லாப் படையில் சேர்ந்துவிட்டதாய் அக்கா சொன்னாள். அவ்வப்போது ராணுவத்தி லிருந்து யாராவது வந்து அண்ணனைப் பற்றி விசாரித்துவிட்டு தகவல் கேட்டு மிரட்டிவிட்டுப் போகும்போது அவன் உயிரோடு இருப்பது ஊர்ஜிதமாகும்.

எல்லை தாண்டிப் போய் ரட்சபுரியில் ஒரு நூற்பாலையில் வேலை செய்கிற அக்காள் ஒரு முறை அண்ணனை விசாரிக்க ராணுவத்திலிருந்து வந்தவனுக்குச் சரியாக பதில் சொல்லவில்லை என்று அடி வாங்கி ஆபாசமான வசவுகளால் மிரட்டப்பட்ட பிறகு இரு பெண்களையும் வீட்டில் வைத்திருக்கப் பயந்து அம்மாதான் அவள் எல்லைதாண்டி தாய்லாந்து போக ஏற்பாடு செய்தாள். நித்தம் நித்தம் உயிரையும் மானத்தையும் காப்பாற்ற பயந்து சாகவேண்டியதில்லை. கஷ்டப்பட்டு எல்லை தாண்டிவிட்டால் போதும் ஊருக்குள் போய்ச் சமாளித்துக்கொள்ளலாம்.

அவர்கள் பயந்ததுபோல அந்தக் குடியிருப்புக்குக் காவல்துறை வரவில்லை. மூன்று மணி நேர காத்திருத்தலுக்குப் பின் சீதா வெளியே

வந்தாள். போலீஸ்காரர்கள் திரும்பிப்போய்விட்டதாய்ப் பக்கத்து வீட்டுக்காரர்கள் சொன்ன தகவலில் மாலதி அவளைக் கூப்பிட்டு வீட்டுக்குள் முடங்கிக்கிடக்கச் சொன்னாள்.

அலுவலகம் சென்ற முதல் காரியமாய் நடராஜன் தொலைபேசியில் ஏஜெண்ட் வர்மாவைக் கூப்பிட்டு சீதாவைக் கூட்டிப்போகச் சொன்னார். வர்மாவும் பயத்தில் இருந்தான். மருத்துவமனை விவகாரத்தால் ஊரு முழுக்க போலீஸ் கெடுபிடி அதிகமாகிவிட்டதாயும் இப்போது கூட்டிப் போனால் சிக்கிக்கொள்வோம் என்றும் சொன்னவனை மேற்கொண்டு பேசவிடாமல் அன்றைக்கே வந்து கூட்டிப்போகுமாறு கண்டிப்புடன் சொல்லிவிட்டு வைத்தார் நடராஜன்.

வீட்டிற்கு வந்ததும் வாக்குவாதம் தொடர்ந்தது. பாஸ்போர்ட் செய்து தரலாம், விசா ஏற்பாடு செய்யலாம் என்ற மாலதியின் அத்தனை வாதங்களையும் நிராகரித்தார். நல்ல நிலையில் இருக்கும் அவரைப் போன்ற வெளிநாட்டவர்களிடமிருந்து பணம் கறக்கவே போலீஸ் அவரை இம்சை செய்யும் என்று நண்பர்கள் பயமுறுத்தி வைத்திருந்தார்கள்.

‘வீட்டோட இருந்து ராத்திரி பகல் பாக்காம அத்தனை வேலையும் செய்றா. அர்ஜுனை தம்பி மாதிரி பாத்துக்கறா. சின்ன வயசு, ஊர்ல கஷ்டம்னு நம்மை நம்பி வந்த பொண்ணை திடீர்னு தொரத்தினா எங்க போகும்?’

‘நாம இங்க வேலை செய்ய வந்த வெளிநாட்டவங்க... நமக்கு இதால ஏதாவது பிரச்சனை வந்தா நம்மை யாரு காப்பாத்தறது? மூணு மாச சம்பளம் குடுத்து அனுப்பிடு.’

வர்மா பத்து மணிக்கு வண்டியோடு வந்தான். சீதா துணிகளைக் கட்டிய மூட்டை முடிச்சும், அழுது ஓய்ந்த கண்களுமாய் இதற்கெல்லாம் தயாரானவள்போல பேசாமல் இருந்தாள். இன்னும் சில பெண்கள் வண்டியில் இருந்தார்கள். மேசாட் வரை ஓட்டிச் சென்று ஒரு வாரம் கழித்து எல்லையில் அவர்களைக் கடக்க வைக்க ஏற்பாடு செய்திருப்பதாய்ச் சொன்னான். அவள் போவதை உணர்ந்து கூச்சலிட்டு ரகளை செய்த அர்ஜுனை ஆத்திர மிகுதியில் அடித்து அறைக்குள் கொண்டு கிடத்தினார்.

சீதா போகும் முன் மாலதியைக் கட்டிக்கொண்டு ‘பயமாயிருக்கு அக்கா’ என்று அழுததும் வண்டியில் தரையில் காலைக் கட்டி உட்கார்ந்ததும் நினைவில் மோத குற்ற உணர்வு மறைய ஓரிரு நாட்கள் ஆனது. அடுத்த இரண்டு நாட்களுக்குள் அலுவலகத்தில் யாரோ பேசி ஏற்பாடு செய்ததாய் பணிப்பெண் வீட்டிற்கு வந்து வேலையைத்

தொடங்கினாள். அர்ஜுன் அவளை ரொம்ப அடிக்கிறான், நம்ம சாப்பாடு சமைக்கவே தெரியவில்லை என்பது போன்ற மாலதியின் அற்ப முறையீடல்களை நடராஜன் பொருட்படுத்தவில்லை.

சீதா அவர்கள் வீட்டை விட்டு விலகிய ஒரு வாரத்தில் அவர்களின் அவசரகதியான வாழ்க்கைச் சுழற்சியில் அந்தப் பெண்ணின் நினைவு மெல்ல மெல்ல கரைந்து போனது. நடராஜன், பிரச்சனை ஒன்று நீங்கிய நிம்மதியில் அலுவலகக் கவலைகளில் மறுபடி மூழ்கி வீட்டுக்குத் தூக்கி வரும் கோப்புகளோடு ஒன்றிப் போனார். அர்ஜுனும் 'சீதா எங்கடா' என்றால், 'பம்மா பேய்ட்டா... நாலிக்கு வர்வா' என்று சொல்லப் பழகினான்.

மருத்துவமனையை முற்றுகையிட்ட கொரில்லாக்கள் தாய்லாந்து ராணுவத்தின் அதிரடிப் படையினரால் சுட்டுக் கொல்லப்பட்டதும், செய்தித் தாள்களின் பரபரப்பும் கொஞ்சம் கொஞ்சமாக அடங்கத் தொடங்கியது. எதிர்க்கட்சிகள் கூச்சலைக் குறைத்து நிதியமைச்சகத்தின் ஊழல் பற்றிப் பேசத் தொடங்கினார்கள். வார இறுதியில் நடக்கப் போகும் கால்பந்தாட்ட ஆட்ட ஆர்வத்தில் மக்கள் மூழ்க, அகதிகள் மூட்டை முடிச்சோடு வெளியேறும் புகைப்படத்தோடு முதல்பக்கச் செய்தியாக வந்துகொண்டிருந்த பாங்காக் போஸ்டின் பர்மா செய்திகள் மெல்ல மூன்றாம் பக்கத்துக்குச் சறுக்கின. மாலதி அவள் நினைவு வரும்போதெல்லாம், 'போட்டும், இனியாவது அம்மா குடும்பத்தோடு அவ ஊரிலேயே இருக்கட்டும்' என்று தனக்குத் தானே சமாதானம் சொல்லிக்கொண்டாள்.

வார இறுதி பாங்காக் போஸ்டில், எல்லையைக் கடந்த பெண்களை பர்மா ராணுவத்தினர் கைப்பற்றிக் கற்பழித்ததாய் வந்த சிறிய பெட்டிச் செய்தியை அவர்கள் யாரும் படிக்கவில்லை.

கல்கி, மார்ச் 2001

நீச்சல் குளம்

அந்தச் சிறிய அறையில் இருபது பேர் போட்ட இரைச்சலில் எனக்கு லேசாகத் தலையை வலித்தது. கமிட்டி மீட்டிங். நடப்பது எங்கள் 'பெனின்சுலா அபார்ட்மெண்ட்ஸ்' குடியிருப்பில். ஒவ்வொரு மாதம் முதல் ஞாயிற்றுக்கிழமை காலை, வீட்டு உரிமையாளர்களின் பிரச்சனைகளை விவாதித்துத் தீர்வு காணும் மாதாந்திர சந்திப்பு. இந்த கமிட்டி மீட்டிங் ஒன்றும் தலைபோகிற மாநகராட்சி மீட்டிங் இல்லை என்றாலும் அந்த ஆக்ரோஷமும், அடிதடியும் எங்கள் 'பெனின்சுலா அபார்ட்மெண்ட்ஸ்' கமிட்டி மீட்டிங்கில் தெரியும்.

பிரச்சனைகளைச் சரிக்கட்ட சரியான தீர்வு மட்டுமல்ல சரியான நபரும் தேவை என்று கமிட்டிக்குத் தலைமை தாங்கும் வைத்தியநாதன் என்னை அழைத்துப் போயே தீருவார். அந்தக் காட்டுத் தர்பாரில் நான் சொல்லும் கருத்துகளுக்கு நிறையப் பேர் உடன்படுகிறார்கள் என்று அவர் என்னை அந்த மீள முடியாத அவஸ்தைக்கு ஒவ்வொரு மாதமும் உட்படுத்துவார். சச்சரவுகளுக்குப் பழக்கப்பட்ட என் உத்தியோகம் அதற்கு ஒரு காரணம். ஒரு தொழிற்சாலையில் 'பர்சனல் மேனேஜராய்' சதா கோபமான தொழிலாளர்கள் வாயால் 'ஒழிக' 'ஒழிக' என்று ஆசீர்வாதம் வாங்கிக்கொள்ளும் ஒரு உயர் அழுத்த வேலையில் இருப்பதால் நான் எல்லாப் பிரச்சனையையும் எளிதாய்ச் சரிக்கட்டி விடுவேன் என்று எனக்கு ஒரு விசேஷ அந்தஸ்து அவர் கொடுத்திருக்கிறார். மீட்டிங்கில் சிக்கல் தீராமல் ரொம்ப இழுபறி ஆனால் 'என்ன ஜானி (ஜனார்தனன்), நீங்க கொஞ்சம் சொல்லுங்க' என்பார்.

ஒரு பிரச்சனையின் தீவிரத்தை என் தொழிற்சாலையில் என்னால் ஊகிக்கக்கூடிய அளவுக்குக் கூட இந்தக் கமிட்டி மீட்டிங்கில் யூகிக்க முடியாது என்பது எனக்கு மட்டுமே தெரிந்த உண்மை. எங்கள் தொழிற்சாலையில் இருக்கும் தொழிற்சங்கங்களில் ஏராளமாய்ப் பிரிவுகள் இருக்கும். யார் எதை ஆதரிப்பார்கள் எதை எதிர்ப்பார்கள் என்று கணித்து அவர்களோடு மன்றாடுவது என் தொழில்.

குடியிருப்பில் தொழிற்சங்கங்கள் கிடையாதே தவிர பிரிவுகள் உண்டு. இன்னும் கடினமான, கணிக்க முடியாத குழுக்கள். பிரச்சனைக்கு ஏற்றாற்போல் சடார் சடாரென்று கட்சி மாறி அடித்துக் கொள்வார்கள். குடியிருப்புக்கு வெள்ளை அடிக்கும் சமாசாரத்தில் சேகரோடு ஒத்துப் போகும் வாசன், தீபாவளிக் கொண்டாட்டங்கள் ஏற்பாடு செய்யும் திட்டத்தில் கட்சி மாறி அவருடன் முறைத்துக் கொள்வார். லிஃப்டில் பளுவான சமாசாரம் ஏற்றி மேலே எடுத்துப்போகக் கூடாது என்பதில் கை கோர்த்துக்கொள்ளும் ராவும், சுந்தரமும் மொட்டை மாடியில் பார்ட்டி வைத்துக்கொள்வதில் குடுமிப்பிடிச் சண்டை போடுவார்கள்.

ஒரு கும்பல் கூட்டிய இடத்தில் எந்த நல்ல முடிவும் கிடைக்காது என்று என் உத்யோக அனுபவத்தில் எனக்கு ஓர் அபிப்ராயம் உண்டு. ஆனால் பல பேர் சம்பந்தப்பட்ட ஒரு பிரச்சனையில் எல்லோரும் கருத்துச் சொல்ல வேண்டும் என்ற ஜனநாயகக் கட்டாயம் இருப்பதால் கும்பல் கூட்டாமல் இருக்க முடியாது. ஆகையால் இந்தச் சந்திப்புகளில் நல்ல தீர்வு காண நான் ஓர் உத்தி வைத்திருந்தேன். எந்தப் பிரச்சனையானாலும் அதை விவாதத்துக்கு எடுத்துக் கொண்டவுடன் நாம் சரியான தீர்வைச் சொல்லிவிடுவது புத்திசாலித்தனமே இல்லை. எல்லாப் பிரச்சனைகளுக்கும் அது பயணிக்க வேண்டிய ஒரு வரையறுக்கப்பட்ட பாதை இருக்கிறது. அதை மீறினால் பிரச்சனையில் சம்பந்தப்பட்டவர்களுக்கு ஒரு காரியத்தைச் சாதித்த மனத்திருப்தி இருக்காது. அதன்படி எல்லோரையும் கொஞ்ச நேரமாவது அதைப் பற்றிக் குரலெழுப்ப அனுமதிக்கவேண்டும். ஏனென்றால் பாதிப் பேர் பேசுவது நல்ல முடிவு வரவேண்டும் என்பதற்காக இல்லை. அவர்களும் பேச வேண்டும் என்ற காரணத்துக்காகதான். மேலும், தீர்வை உடனே சொன்னால் தங்கள் குரலைக் கேட்காத ஆத்திரத்தில் சிலர் அதை வீம்புக்காக ஒத்துக்கொள்ளாமல் போகிற ஆபத்து இருப்பதால் விவாதம் அவரவர் விருப்பத்துக்குத் திசை திருப்பப்படுவதை அனுமதித்தே ஆக வேண்டும். ஜனநாயக முறையின் விதி அது. நையாண்டி, ஊசி குத்தல், கைகலப்பு என்று கொஞ்சம் திசை மாறும்போது மட்டும் குறுக்கே புகுந்து வெள்ளைக் கொடி காட்ட வேண்டுமே தவிர அவசரப்பட்டுத் தீர்வு சொல்லக் கூடாது.

நீண்ட நேர விவாதத்தின் இறுதியில் எல்லோரும் பேசி ஓய்ந்து, எல்லாக் கருத்துகளும் பரிசீலிக்கப்பட்டு, பாதிப் பேர் பக்கத்து சீட்டுக்காரர்களுடன் பேசிக்கொண்டு, பாதிப் பேர் சேரில் சரிந்து கொண்டு… அறை பூரா தெளிவே இல்லாத ஒரு சலசலப்பு வந்தால் அந்தப் பிரச்சனைக்குத் தீர்வு காண எல்லாரும் தயாராகி விட்டார்கள் என்று அர்த்தம். அப்போது அவர்கள் வார்த்தைகளில் ஒளிந்திருந்த முடிவையே வேறு வடிவத்தில் சொன்னால் ‘சரியா சொன்னீங்க சார்’

என்று பாதிப் பேரும் ‘அதைத்தான் நான் அப்பவே சொன்னேன்’ என்று மீதிப் பேரும் ஒப்புக்கொள்வார்கள். இந்த அலுவலக அனுபவத்தில், நான் அதையே குடியிருப்பு மீட்டிங்கிலும் செய்வேன்.

இந்த வாரப் பிரச்சனை வழக்கத்துக்கு மாறாய் சூடாக இருந்தது. ஆக்ரோஷத்தைத் தணிக்க முடியாமல் நீண்டுகொண்டே போனது. விஷயம் இதுதான்.

எங்கள் குடியிருப்பில் நீச்சல் குளம் ஒன்று இருந்தது. குடியிருப்புக் கட்டடங்களின் நடுவே நாலு படி வைத்த மேடான இடத்தில் குட்டைச் செடிகள் சுற்றிலும் காவல் காக்க, இரண்டு அலங்காரக் குடைகள் நட்டு அழகாய்தான் இருந்தது. எங்கள் வீட்டு மாடியிலிருந்து பார்த்தால் சலவைக் கல் அடித்தளத்தில் நீலப் படுதாவாய் விரிந்திருக்கும். ஆபத்தில்லாத ஐந்தடியில் ஆரம்பித்து அபாய இருபது தொடும் தண்ணீர்ப் பளிங்கு. அந்த நீச்சல் குளத்தைக் காண்பித்தே ‘பில்டர்’ பாதி வீடுகள் விற்றான். பில்டர் விநியோகித்த படத்தில் குளத்தின் ஓரம் கால் நீட்டி சிரித்த ஈரமான வெள்ளைக்காரியின் வர்ணப்படத்தைப் பார்த்துவிட்டு அவள் என்னமோ அங்கே வந்து தினமும் ஸ்நானம் செய்ய வரப்போகிறாள் மாதிரி அதில் மயங்கி அதன் அநியாய விலை வீட்டோடு சேர்ந்து இருப்பதைப் பொருட்படுத்தாது ‘எங்க அபார்ட்மெண்ட்ல பூல் இருக்கு தெரியுமா’ என்று சொல்லும் ஆசையில் நிறையப் பேர் வீடு வாங்கினார்கள்.

நீச்சல் குளத்துக்கும் நம்ம ஊருக்கும் ஸ்நானப்ராப்தி உண்டா? பெண்கள் அதன் கிட்டயே வரமாட்டார்கள். ஆண்கள் பலருக்குப் பெண்களை ஒத்த சரீர பாக்யம் இருப்பதால் பனியன் களைய பயந்து வேடிக்கை மட்டும் பார்ப்பார்கள். சிலர் தங்கள் நீச்சல் பழகிய பிள்ளைகள் உள்ளே மீன் குஞ்சாய் நீந்திக்கொண்டிருக்க ஐந்தடி மூலையில் இடுப்பளவு நின்றுகொண்டு ‘பாத்துடா... அங்க ஆழம்’ என்று ஹாரன் அடிப்பதோடு சரி. இன்னும் சிலர் அதன் நாலு பக்கமும் செடிகள் வைத்து நாற்காலிகள் போட்டிருந்த சொற்ப ரம்யத்தில் வந்து உட்கார்ந்து அற்ப அரசியல் பேசுவார்கள். நாயர் குடும்பம் மட்டும் அடிக்கடி ‘நீந்துகாணு’ம். இல்லையானால் சில பிரம்மச்சாரிகள் அதில் தொபுக்கடீர் தொபுக்கடீர் என்று விழுந்து தண்ணீர் வெளியே இறைப்பார்கள். ஞாயிற்றுக் கிழமைகளில் மட்டும் குளம் கொஞ்சம் சலசலக்கும். யாராவது குளித்தால் அது சிறுவர்கள்தான். அதில்தான் கொஞ்ச நாள் கழித்துப் பிரச்சனை வந்தது.

குடியிருப்புகளில் இருந்த வானர வாண்டுகள் அதன் அருகிலேயே விளையாட ஆரம்பித்து அவர்தம் அம்மாக்கள் எல்லோரும் பீதியடைய ஆரம்பித்தார்கள். பால்கனியிலிருந்து பார்க்கும்போதெல்லாம் எதாவது

ஒரு பயந்த அம்மா 'டேய்... ஸ்விம்மிங் பூல் கிட்ட ஓடாதடா' என்று உத்திரவாதமாய்க் கத்திக்கொண்டிருப்பார். பயந்த மாதிரியே ஒரு நாள் அந்த அசம்பாவிதம் நடந்தது. தள்ளிவிடப்பட்ட ஒரு பயல் குளத்திலே விழுந்து யாரோ அவனை உள்ளே குதித்து மீட்டு... ஏக ரகளை ஆகிவிட்டது. பக்கத்தில் எவரோ இருந்ததால் ஒன்றும் ஆகவில்லை. ஆனால் ஆளாளுக்கு 'நான் நாலு மாசமா தல தலையா அடிச்சிக்கறேன்' என்று ஆரம்பித்துவிட்டார்கள். கமிட்டி மீட்டிங் வைக்கச் சொல்லி வைத்தியநாதனிடம் ஒரு பேரணியே சென்றது.

அந்த மாத கமிட்டி மீட்டிங்கில் அது மட்டுமே பிரதானப் பிரச்சனையானது. கவலைப்பட்ட பெற்றோர்கள் தரப்பிலிருந்து ஒரு கோரிக்கை எழுந்தது. அந்தக் குளம், அதை ஒட்டிய தோட்டம் சார்ந்த இடத்தைச் சுற்றி ஒரு சுவர் எழுப்பி, கதவு போட்டு ஓர் ஆளை நியமிப்பது என்று சிபாரிசு செய்யப்பட்டு அதைச் சிலர் வழி மொழிந்தார்கள். முதலில் பிரச்சனையின் விபரீதம் பிடிபடாமல் கூட்டம் மெல்ல நகர்ந்தது. அப்புறம் செலவு பற்றிக் கேட்கப்பட்டு வைத்தியநாதன் கிட்டத்தட்ட இத்தனை ரூபாய் செலவாகும் என்று கணக்கிட்டுச் சொன்னார்.

அங்கிருந்து மெல்ல விவாதம் சூடு பிடித்தது. குடியிருப்பைப் பழுது பார்க்க எல்லோரும் தந்து கொண்டிருந்த மாதாந்திரத் தொகை இந்தச் சுவர் கட்டும் கட்டுமான வேலைக்கு எடுத்துக்கொள்ள முடியாது என்றும் அதற்குக் குடியிருப்பின் வீட்டு உரிமையாளர்கள் எல்லோரும் தான் பணம் போட்டுச் செய்யவேண்டும் என்ற சட்ட நுணுக்கம் கமிட்டி சார்பில் விளக்கப்பட்டது. முதலில் இந்தச் சுவர் எழுப்பும் சமாசாரத்தை 'ரொம்ப நல்ல உத்தி' என்று மத்தியமாய்த் தலையாட்டிக் கொண்டிருந்தவர்கள், பண விவரம், பங்கு விவரம் கேட்டதும் மெல்ல வேற ஏதும் வழியில்லையா என்று கேட்டு, கட்சி தாவத் தயாராக இருந்தார்கள்.

நான் எதிர்பார்த்த தற்காலிகப் பிரிவுகள் இந்தப் பண விஷயம் ஆரம்பித்த ஐந்தாம் நிமிஷமே உருவானது. குடியிருப்போரில் குழந்தைகள் இருக்கும் வீடுகள், இல்லாதோர் வீடுகள் என்று இரு பெரிய கட்சிப் பிளவு ஏற்பட்டு பிரச்சனையை கால்பந்து ஆடியது. இன்னொருவர் வீட்டுக் குழந்தை குளத்தில் விழும் சாத்தியக் கூறு இருந்தாலும் பணம் செலவாகிறதே என்ற காரணத்துக்காகச் சிலர் இதை ஆதரிக்காதது குழந்தைகளின் பெற்றோர்களை உஷ்ணமடையச் செய்தது. காரசாரமாய் விவாதித்தார்கள். இரண்டு தரப்பிலும் சில நல்ல காரணங்கள் சொன்னார்கள். எப்படியும் குழப்பம் உச்சகட்டம் அடையும் வரை குறுக்கிடக்கூடாது என்ற என் கொள்கைப் பிடிப்பில்

நான் விவாதத்தில் ஒன்றிப் போய் ஸ்வாரஸ்ய பார்வையாளன் ஆகிவிட்டேன்.

‘இந்தப் பசங்க யாரும் அந்தப் பக்கம் போகக் கூடாதுன்னு மிரட்டி வைக்கணும்.’

‘பசங்க நம்மை மிரட்டறா சுவாமி... ஒவ்வொண்ணும் எமனா இருக்கு.’

‘யாராவது பெரியவங்க இருந்தாதான் பூல் பக்கம் போகணும்னு பேரன்ட்ஸ் எல்லாரும் அவங்க பசங்ககிட்ட சொல்லி கட்டுப்படுத்தணும்.’

‘கரெக்ட்... அவங்க அவங்க பசங்களை அவங்கவங்க சரியாப் பாத்துக்கணும். பசங்களைக் கீழே விளையாட அனுப்பிட்டு வீட்ல உக்காந்து சீரியல் பாத்துகிட்டு இருந்தா என்ன அர்த்தம்?’

‘ரொம்ப நல்லாருக்கே... அதுக்காக அவங்க பின்னாலயே சுத்திகிட்டு இருந்தா விட்டுக்காரியம் யாரு பாக்கறது?’

‘வைத்தி. இந்த காம்பௌண்டு போட்டா மட்டும் இந்தப் பிரச்சனை தீந்துடுமா... இந்தப் பசங்க ஒவ்வொண்ணும் ஒரு குரங்கு. மதில் மேல ஏறி உள்ள குதிக்காதுன்னு என்ன நிச்சயம்?’

‘நீங்க கூட சின்ன வயசுல இப்படிதான் சுவரேறி குதிச்சிருப்பீங்க. அதுக்காக பசங்களை குரங்குன்னு சொல்லவேண்டிய அவசியம் இல்லை’ என்று ஓர் அம்மா குரங்கு சீறியது.

‘ஏம்பா... ஒரு ஆளை காவலுக்குப் போடறதா இருந்தா இந்த காம்பௌண்ட் சுவரே வேணாமே... யாராவது உள்ள விழுந்தா அந்த ஆள் காப்பாத்திட்டுப் போறான்.’

‘நாலு பசங்க சேந்தாபோல விழுந்தா... என்ன பண்ணுவான்?’

‘ஷாட் பூட் த்ரீ போட்டு முடிவு பண்ணுவான்’ என்றார் பின்னாலிருந்து நக்கலாக கிருஷ்ணன்.

இந்தக் கமிட்டி மீட்டிங் நாடகத்தில் எந்தச் சமாசாரம் பேசப்பட்டாலும் யாரையாவது சீண்டிவிட்டுக் குழப்பம் உண்டு பண்ணவே ஒருசில புண்ணியவான்கள் வருவார்கள். அவர்களுக்குப் பிரச்சனை எதுவானாலும் அதில் சுமுகமான முடிவு காண்பதை விட வேடிக்கை செய்து அதில் உற்சாகம் அடைவதே குறிக்கோள். கிருஷ்ணன் இதில் கைதேர்ந்தவர். எந்தச் சண்டைக்கும் சளைத்தவர் இல்லை.

‘கிருஷ்ணன், இந்தக் கிண்டல் எல்லாம் வேணாம். சீரியஸா பேசிண்டிருக்கோம்...’

‘அப்பிடியே ஆளைப் போட்டாலும் அவன் இருபத்தி நாலு மணி நேரமுமா இருக்க முடியும்? ராத்திரி பத்து மணிக்கு யாராவது பையன் போனா...? வேலைக்கு ஒருத்தனை வச்சா அவனை மேய்க்கறத்துக்கு ஆளு வேணும். அவன் டீ சாப்பிடறேன், பீடி அடிக்கறேன்னு எங்கியாவது போவான். நம்ம போதாத காலம் அப்பதான் எதாவது நடக்கும்.’

‘வைத்தி, சம் பீப்பிள் டோண்ட் நோ ஹௌ டு யூஸ் த பூல். பிபோர் தே ஸ்விம் தெ ஷுட் டேக் அ ஷவர் ஃபர்ஸ்ட். அது கூட தெரியலை. யு ஹாவ் டு டெல் தம்’ என்று சிவராமன் யாருமே எதிர்பார்க்காமல் ஓர் அறிவிஜீவி கருத்துச் சொல்ல...

‘சிவராமன், ஸ்விம் பண்ணப்பறம் நீங்க ஷவர் பண்ணறீங்களா?’

‘ஸ்விம் பண்ணப்பறம் ஷவர் பண்ணலன்னா பரவால்ல. பட் பிஃபோர் யு ஸ்விம் யு மஸ்ட்...’

‘ஏன் சொல்றன்னா... வெள்ளிக்கிழமை சாயந்தரம் நீங்க குளிச்சீங்கல்ல? அன்னைக்கு மத்தியானம் ரெண்டு பசங்க பூல்ல நல்லா எய்ம் பண்ணி மூச்சா போய்க்கிட்டு இருந்தாங்க. பாத்தேன்...’

‘ஏகாதசியும் அதுவுமா மூத்தர தண்ணியிலே குளிச்சிட்டு வந்தீங்களா... கர்மம்.’

‘நீ சும்மாயிரு... அந்த ஆளு சொல்றதை சீரியஸா எடுத்துண்டு.’

‘நீச்சல் அடிக்கற நேரத்தை ஃபிக்ஸ் பண்ணிடுங்க வைத்தி சார்.’

‘எல்லாரும் ஒரு குறிப்பிட்ட டைம்லதான் நீச்சல் போணும்னா... இங்க இருக்கற ஆளுங்களுக்கு இடமே போறாது. எல்லாரும் வரிசையா நின்னு முங்கி எழலாம்... கும்பமேளா மாதிரி.’

‘ஒரு வசதி வச்சிகிட்டு அதுக்கு டைம் குறிக்கறதெல்லாம் அர்த்தமே இல்லப்பா. நான் ஷிஃப்ட் போயிட்டு சில சமயம் ராத்திரி பத்து மணிக்கு வரேன். அப்ப தண்ணில விழணும்போல இருக்கும்.’

‘அதான் தினமும் வீட்டுக்குள்ளயே ரெட் லேபிள்ல சுகமா மொதக்கறியே போதாதா...’

‘கிருஷ்ணன் ப்ளீஸ்...’

‘ஆக்சுவலா இதுக்கு இவ்வள ரூவா ஆவாது வைத்திஜி. எனுக்குத் தெர்ஞ்ச கான்டிராக்டர் ஒத்தன் இதைப் பாதி வெலைக்குச் செஞ்சி தரும்’ என்று தடம் புரண்டார் ஜெயின்.

‘ஜெயின் சார்... கட்டறதுன்னு இன்னும் முடிவே ஆவலியே அதுக்குள்ள ஏன் செங்கல் அடுக்கறீங்க... (கான்டிராக்டுலேயே கண்ணுயா)’

‘நீச்சல் குளத்துல தண்ணி இருந்தாதான இந்த வாண்டுகள் அங்க போய் மொய்க்கறதுகள். தண்ணி எல்லாத்தையும் இறைச்சிக் காலியாக்கிடுங்கோ...’ என்றார் கிரிஜா மாமி.

‘சபாஷ்... தண்ணி இருந்தாலாவது எவனாவது உள்ள விழுந்தா ரெண்டு நிமிஷம் தத்தளிக்கும்போது காப்பாத்தலாம். தண்ணி இல்லன்னா அந்தப் பள்ளத்துல விழுந்து உடனே பிராணன் போயிடும். ரொம்பச் சமத்து.’

‘மாமா புரிஞ்சிக்கங்கோ... நீச்சல் குளமே வேண்டாம்னு சொல்ல வந்தேன்...’

‘வைத்தியநாதன் சார், மாமி சொல்றது கரெக்ட். நீச்சல்குளம் வேணாம். யாரு போய் தினமும் அதுல குளிக்கறாங்க? அந்த இடத்துல மண்ணு ரொப்பி தோட்டம் மாதிரி வச்சிக்கலாம்...’

‘அந்தத் தோட்டத்துல தென்னை மரம் வைக்கணுமா... கொய்யா மரம் வைக்கணுமான்னு இன்னொரு கமிட்டி மீட்டிங் போட்டு நாலு மணி நேரம் பேசலாம்.’

‘கிருஷ்ணன், உங்களுக்கு இந்த மீட்டிங் அட்டெண்ட் பண்றதுல இஷ்டம் இல்லன்னா வெளிய போயிடுங்க... காமெடி பண்றதா நினைச்சிகிட்டு வெறுப்பேத்தாதீங்க.’

‘நீங்க காமெடியான ஒரு விஷயத்தை சீரியஸா பேசலாம். நான் சீரியஸான விஷயத்தை காமெடியா பேசக்கூடாதா?’

‘இதப்பாருங்க. இருக்கற ஸ்விம்மிங் பூலை மூடறது ஆப்ஷனே இல்ல. நாம பேசறது அதைச் சுத்தி சுவரோ கம்பியோ எழுப்பி ஒரு பாதுகாப்பு செய்யணும் அப்படிங்கறதுதான். அதுக்கு ஆற செலவை எல்லாருமா சேந்து குடுக்கணும்கறதுதான்...’ என்று வைத்தியநாதன் மறுபடி அந்த விவாதத்தைச் சீர் படுத்தினார்.

‘இருங்கோ... அதுக்கு எல்லாரும் பணம் போடணும்கறது நியாயமே இல்லையாக்கம். நான் ஸ்விம்மிங் பூள்ல குளிக்கறதே இல்லா’ என்றார் ரமணி ஐயர்.

‘அவரு சாதாரணமா குளிக்கறதே இல்லங்க... நியாயமா பாத்தா நார்மல் வாட்டர் சார்ஜ் கூட அவருகிட்ட வசூல் பண்ணக்கூடாது.’

‘உனக்கு எப்பிடி தெரியும்?’

‘அவர் பக்கத்துல உக்காந்து பாரு தெரியும்.’

‘வைத்தியநாதன் திஸ் ஈஸ் டூ மச். மரியாதை இல்லாதைக்கு இப்பிடில்லாம் வாய்க்கு வந்தபடி பேசினா ஹீ வில் கெட் அவுட். கமெண்ட் அடிக்கறத்துக்கு அளவில்லையா?’

‘கிருஷ்ணன்… சும்மா இரேம்ப்பா…’ என்று வைத்தி கெஞ்ச, ரமணி ஐயர் இன்னும் கோபத்தில் ஏதேதோ சொல்லிக்கொண்டிருக்க, பாதிப் பேர் ரசித்துக்கொண்டும் பாதிப் பேர் ஐயரை சமாதானப்படுத்திக் கொண்டும் மீட்டிங் வேறு பாதையில் போய்க்கொண்டிருந்தது.

‘அவர் சொல்றா மாதிரி ஸ்விம்மிங் பூலை யாரு யூஸ் பண்றாங்களோ அவங்க மட்டும் காசு போட்டு இதைச் செய்யட்டுமே…’ என்றார் சுந்தரம், ஐயர் மேல் பரிதாபப்பட்டு.

‘அப்ப அவங்களைத் தவிர ‘ஆஹா காத்தோட்டமா இருக்கு’ன்னு வேற யாரும் பூல் பக்கம் வரக்கூடாது. சரியா…’

‘இந்தச் சுவரெல்லாம் எழுப்பினா காத்து வராது. கிரில்லு வச்ச கம்பி மாதிரி போடணும்.’

‘அட இருங்க சார்… நீங்க வேற…’

‘அப்ப எல்லாரும் சேந்து பணம் போட்டு நாலு எக்ஸசைஸ் மெஷின் வாங்கிப் போடலாம்னா சரிம்பீங்களா? இந்த அபார்ட்மெண்ட்ல ஜிம்மே இல்லை’ என்று புது முடிச்சுப் போட்டார் சங்கர்.

‘அது வேற விஷயம் சங்கர். அதையும் இதையும் கனெக்ட் பண்ணாதீங்க’ வைத்தி தலையில் கை வைத்துக்கொண்டு என்னைப் பரிதாபமாய்ப் பார்த்தார். நான் இன்னும் என் வேளை வரவில்லை என்று காத்திருந்தேன்.

‘அது எப்படி வேற விஷயம் ஆகும்? எல்லாரும் சேந்து சுவரு கட்டணும்னு சொல்றீங்கல்ல? அது மாதிரி எல்லாரும் சேந்து ஜிம் கூட கட்டலாமேங்கறேன்.’

‘எவ்வள பேர் எக்ஸர்சைஸ் பண்ணப்போறாங்க?’

‘எவ்ள பேர் ஸ்விம்மிங் பண்றாங்க… அதுக்கு மட்டும் ஒரு நியாயமா.’

‘இதப்பாருங்க. டீவியேட் பண்ணாதீங்க… நீச்சல்குளத்துல பசங்க யாராவது விழுந்துடுவாங்கன்ற பயத்துலதான் இந்தப் பிரச்சனையே வந்தது. ஜிம், பார்னு பேசாதீங்க.’

‘பார் வைக்கறதானா பாதிக்காசு நான் தரும்.’ நாயர் சொன்னதும் அவர் அருகிலிருந்த இன்னொரு சேட்டன் அவர் ஹாஸ்யத்துக்கு ரசித்து அவர் கூட கை குலுக்கித் தனியாக பார் பற்றிப் பேச ஆரம்பித்தார்கள்.

‘போன மாசம் பாங்காக்குக்கு என் டாட்டர் வீட்டுக்குப் போயிருந்தேன். அங்கே இருக்கற அப்பார்ட்மெண்ட்ஸ் எல்லாத்திலேயும் கடல் மாதிரி பெரிசு பெரிசா ஸ்விம்மிங் பூல் வச்சி பளிங்கு மாதிரி ஆள் எப்பவும் துடைச்சி விட்டுண்டே இருக்கான். இங்க கோவணம் மாதிரி ஒண்ணு வச்சுண்டு அதுக்கு இந்த கலாட்டா...’ என்று தனிக்கதை ஆரம்பித்து பாங்காக் வாழ்க்கையைப் பற்றி ராவ் சிலாகிக்க ஆரம்பித்தார்.

சுந்தர்ராஜனுக்கு செல்ஃபோனில் அழைப்பு வந்து அவர் எழுந்து போக... கிருஷ்ணன் தொடைமேல் தட்டி அவர்பாட்டுக்கு லேசாய்ப் பாடிக்கொண்டிருக்க... சிலர் எழுந்து அறை மூலையில் மரியாதைக்கு வைத்திருந்த மிக்ஸர் கார வகைகளைச் சாப்பிட ஆரம்பித்தார்கள். குழப்பமான ஒலிகள் கேட்க ஆரம்பித்தன. நான் இதற்குதான் காத்திருந்தேன். நான் விருட்டென்று எழுந்தேன்.

‘என்ன ஜானி எழுந்துட்டீங்க?’

‘இதுக்கு ஒரு முடிவு தெரியறமாதிரி இல்லை. நான் போறேன். எனக்கு ஜோலி இருக்கு’ என்று நெருக்கினேன்.

‘இருங்க... உக்காருங்க. சைலன்ஸ் ப்ளீஸ்... ஹலோ ஃபிரண்ட்ஸ், அஞ்சி நிமிஷம்... ஒரு தீர்மானம் பண்ணிட்டுப் போலாம். நீங்க சொல்லுங்க ஜானி’ என்று வைத்தி மேஜையெல்லாம் தட்டி ஆயத்தம் செய்து கவனம் ஈர்த்தார்.

‘குழந்தைங்க குளத்துல விழுந்துடுவாங்கன்னு சில குடும்பங்கள் பயப்படறாங்க. அதுக்கு பாதுகாப்பு ஏற்பாடு செஞ்சா தேவைக்கதிகமா செலவு ஆகுதுன்னு வேற சிலர் பயப்படறாங்க. இதுதான பிரச்சனை? சரி, பணம் செலவும் ஆகாம, குழந்தைங்களும் பாதுகாப்பா இருக்கற மாதிரி... இரண்டு பிரச்சனைக்குமே பொதுவா ஒரு வழி சொல்றேன். ஒத்துகிட்டா சரி. இல்லன்னா என்ன விடுங்க நான் போறேன்...’ என்று களம் அமைத்தேன்.

‘சொல்லுங்க...’ என்று நிமிர்ந்தார்கள்.

‘ஒவ்வொரு சனிக்கிழமையும் ஞாயித்துக்கிழமையும் காலைல எட்டுலர்ந்து பத்து வரைக்கும் நீச்சல் தெரிஞ்ச ஒருத்தர் இந்தக் குடியிருப்புல இருக்கற பசங்களுக்கு நீச்சல் சொல்லித் தரோம். நானு, நாயர், கிருஷ்ணன், தியாகராஜன் எல்லாரும் நீச்சல் தெரிஞ்ச ஆளுங்க. இன்னும் நீச்சல் தெரிஞ்ச யாராவது சேருங்க. ஆளுக்கு ரெண்டு பசங்க

எடுத்துப்போம். எல்லாம் துடியான பசங்க. ஒரு வாரத்துல பழகிருவாங்க. பசங்க பேரன்ட்ஸ் ஆளுக்கு ஒரு ட்யூபோ ப்ளோட்டோ வாங்குங்க. அம்பது ரூபா ஆகும். அவ்வளவுதான். வெளியேருந்து யாராவது வச்சிச் சொல்லித்தந்தா கூட ஒரு மணி நேரத்துக்கு ஐம்பதோ நூறோ வாங்குவான். வாராவாரம் நாங்க வழக்கமா நீச்சலடிக்கறவங்க. நாங்க சொல்லித்தரோம். பசங்களும் தண்ணில விளையாடற சந்தோஷத்துல வருவாங்க. பசங்க நீச்சல் கத்துகிட்ட மாதிரியும் ஆச்சு, யாராவது தவறி விழுந்து அசம்பாவிதம் ஆயிடுமோன்ற பயமும் இல்லை. காசும் செலவில்லை. என்ன சொல்றீங்க...'

கமிட்டி மீட்டிங் முடிந்து போனது.

கலைமகள், டிசம்பர் 2003

விலை

மருத்துவமனை போய்விட்டு மகேஷ் அலுவலகம் வந்து சேரும் போது அலுவலகம் துவங்கி, அன்றைய பிரச்சனைகள் சேர்ந்து போய் மூன்று மணி நேரம் ஆகியிருந்தது. அவன் மேஜை முழுக்க நிறைந்திருந்த காகிதங்கள், தொலைபேசிப் பேச்சுகளும் கம்ப்யூட்டர் பிரிண்டர்களும் பரபரக்கும் பின்னணியில் 'ஏம்ப்பா லேட்டு' என்று விசாரித்தன. அதுவரை மனதில் படர்ந்திருந்த அப்பாவின் உடல்நலக் கவலை விலகி சட்டென்று அலுவலகச் சுமை ஏறிக்கொண்டது.

நெல்சன் மாணிக்கம் சாலையில் இருந்த மசாலா கம்பெனிக்குக் குறுக்குவாட்டில் சதா கரம் மசாலா வாசனை முகர்ந்துகொண்டு இயங்கிய சின்னத் தொழிற்சாலை அது. கறுப்பு கிரானைட் பளபளப்பில் பி.வி எக்ஸ்போர்ட்ஸ் என்று தங்க எழுத்துக்களில் நிறுவனப்பெயர் அறிவிக்கும் காம்பௌண்ட் உள்ளே நுழைந்தவுடன் வெளிநாட்டு வாடிக்கையாளர்களைக் கவர சிக்கனத் தோட்டம். அதை ஒட்டி குளிர்சாதனித்த சின்ன அலுவலகம். பின்பக்கம் இரண்டு மாடி அழுக்குக் கட்டடத்தில் இயந்திரங்கள். அதனிடையே ஏராளப் பெண்கள். காலை எட்டரைக்கு அலுவலகப் பேருந்து வரும்போதும் மாலை ஐந்தரைக்கு அந்தப் பெண்கள் இயந்திரங்களிலிருந்து விடுபட்டுப் பேச்சும் சிரிப்புமாய்ப் போகும்போதும் வண்ணத்துப்பூச்சிகள் கூட்டமாய்ப் பறப்பதுபோல சலசலக்கும் நேரம் தவிர பி.வி எக்ஸ்போர்ட்ஸ் அதிகம் கவனம் ஈர்க்காமல் இயங்கும் ஆடை ஏற்றுமதி நிறுவனம்.

மகேஷ், கணக்கு வழக்கு, ஏற்றுமதிக்கு ஆவணங்கள் தயாரிப்பது, உற்பத்தி, சரக்குப் போக்குவரத்து என்று அலுவலகக் காரியங்களில் பாதியைச் சுமந்துகொண்டு திரியும் நிறுவனத்தின் முக்கிய பொறுப்பாளன். அந்தப் பெண்கள் போலல்லாமல், சோறு போடும் உத்தியோகத்தை தெய்வகாரியமாக நினைத்து நடந்துகொள்ளவேண்டும் என்ற மத்திய வர்க்க குணத்தில் ஊறிய மனப்பான்மையில், அலுவலகக் கவலை என்னும் இயந்திரத்தைச் சதா சுமந்து கொண்டிருப்பவன்.

இருக்கையில் அமர்ந்து காகிதங்களை மேயத் துவங்கியதுமே சொல்லி வைத்தாற்போல பழனியப்பன் இன்டர்காமில் ஒலித்தார்.

'மகேஷ், இருபதாயிரம் கேஷ் செக் போட்டு குடு. ஆபீஸ் அக்கௌண்ட் இல்லை. என் பர்சனல் கணக்கு. ஜெர்மையாகிட்ட பேசி அதுக்கு பில் வாங்கிகிட்டு கணக்கு எழுதி அப்புறமா திருப்பித் தா. நடராஜன் இன்ஸ்பெக்ஷன் செலவு. அவருக்கு ராஜு மூலமா கேஷ் குடுத்து அனுப்பிடு.'

நாலுநாள் காரியத்தை நாலு வரியில் சொல்லி முடித்துவிட்டு அடுத்த நிமிஷம் 'என்ன முடிஞ்சுதா' என்று அவசரமாக வினவும் முதலாளி. கணக்குகளைக் கடைசிப் பைசா வரை சரிபார்க்க வேண்டிய கட்டாயம், வாடிக்கையாளர்களிடம் பணம் வசூலிக்க மன்றாடுவது, சப்ளையர்களிடம் சகஜமாகச் சொல்லவேண்டிய பொய்கள், தங்கை காலேஜ் ஃபீஸ், கல்யாணக் கவலை, அப்பாவின் மார்வலி என்று எந்த விசாரமும் இல்லாத முதலாளி.

அவர் பிரத்யேகக் கணக்கிலிருந்து பணம் எடுப்பது கையூட்டு மற்றும் கணக்கில் காட்ட முடியாத விவகாரங்களுக்கு மட்டும். அவர் குறிப்பிட்ட நடராஜன் வாடிக்கையாளர் ஒருவரின் பிரதிநிதி நிறுவனத்தில் முக்கிய அதிகாரி. சரக்கு ஏற்றுமதியாவதற்கு முன் உற்பத்தித் தரம் சரிபார்த்துச் சான்றிதழ் வழங்கும் நிறுவனம். அதற்கு என்ன கையூட்டு என்று அவன் நினைப்பதைக் கூட கணித்துவிடும் முதலாளி.

'அடுத்த வாரம் சரக்கு போகணும். ஒரு சின்னத் தப்பு நடந்திருச்சு. ஷர்ட் ஆர்டர் ஒரு ஸ்டைல்ல மட்டும் பாக்கெட் டிசைன் மாறிப்போச்சு. அஞ்சி பர்சென்ட்தான் தப்பாயிருக்கும். அதை காரணம் காட்டி அவங்க ஷிப்மெண்ட்டை நிறுத்தினாங்கன்னா எல் சி காலாவதி ஆயிடும். சரக்கு தங்கிடும். முதல்ல சரக்கை அனுப்பி காசை வாங்குவோம். அப்புறம் மத்ததைப் பாக்கலாம்... அதுக்கு நடராஜனை கொஞ்சம் கவனிக்கணும். இப்ப அவரை குஷிப்படுத்தி வச்சிருந்தா நாளைக்கு அவ்வளவு கறாரா இருக்கமாட்டாரு.'

போன வாரம் கேஷியர் ரமேசன் கேட்ட சின்ன சம்பள உயர்வை நிராகரித்தவர் இன்றைக்குப் பணத்தை விட்டெறிகிறார். தேவைப்படும் ஒருவருக்கு ஐநூறு ரூபாய் நிராகரிக்கப்பட, கேட்காமலேயே இன்னொருவருக்கு இருபதாயிரம் போய்ச் சேரும் விநோதமான வியாபார நியதிகள் அவனுக்குப் பழக்கப்பட்டதுதான்.

அவனுக்குக்கூட அதுபோல ஒரு தொகை அவசரமாய்த் தேவைப் பட்டது. அப்பாவுக்கு இருதய அறுவை சிகிச்சை செய்யவேண்டும். மருத்துவர் இனிமேல் காலம் கடத்துவது நல்லதல்ல என்று சொல்லி விட்டார். பணம் ஏற்பாடு செய்யமுடியாமல் நாலு வாரமாய்த் தள்ளிப் போய்க்கொண்டிருக்கிறது. போன வாரம் அப்பா படபடப்புடன் வியர்த்துக்கொட்டி அவஸ்தைப்பட்டதும், அம்மா மௌனமாக அழும்

அழுகையும் அலுவலகக் காகிதங்களை ஆராயும்போதுகூட கண்முன்னால் வந்து பயமுறுத்தின. நண்பர்களைக் கேட்டாயிற்று. அவனைப் போலவே பற்றாக்குறையில் புரளும் அவர்களுக்கும் காடராக்ட் ஆப்பரேஷன், யுடரஸ் அகற்றல், பிள்ளைகளின் இஞ்சினியரிங் சீட், வீட்டுக்கடன் என்று வந்த, வரப்போகிற காரணங்கள் இருந்தன.

நழுவிய நாட்கள்... தினமும் சொன்னால் கோபிக்கிறான் என்று அவ்வப்போது அம்மா அவன் பின்னாலேயே வந்து ஸ்கூட்டரை உதைக்கும் முன் 'நியாபகம் வச்சிக்கோ' 'ஃபோன் பண்ணிப்பாரு' என்று பட்டும் படாமலும் சொல்லிக்கொண்டிருந்த நாட்கள். பணம் திரட்டும் யோசனையில் பயணித்து சிக்னல் சிவப்புப் பார்க்காமல் தாமதமாய் நிறுத்தி, பாதிசாலையிலிருந்து பின்னால் நகர்ந்து வந்த நாட்கள்... பழனியப்பன் கேட்ட பணத்தையும், பொய் ரசீதுகளையும் ஏற்பாடு செய்துவிட்டு அன்றைய அலுவலக வேலையில் மூழ்கி வீட்டுக் கவலைகளைத் தற்காலிகமாய் மறந்து போனதுபோல நகர்ந்த நாட்கள்.

அலுப்பான சுழற்சியில் நீள்கிற வாழ்க்கையில் சில கணங்கள் சட்டென்று வித்தியாசமாய் மாறிவிடுகின்றன.

பழனியப்பன் அலுவல் நிமித்தம் துபாய் செல்ல ஆயத்தம் செய்து கொண்டிருந்ததால், கணக்கு விவரம் பார்த்து வாடிக்கையாளர் தகவல்கள் சேர்த்து வேலை கழுத்தை நெறித்த அன்றுதான் அவன் பிரச்சனைக்கு இயல்பாய் தீர்வு வந்தது.

பழனியப்பன் 'உங்கப்பாவுக்கு பை பாஸ் பண்ணணுமாமே... தள்ளிப் போட்டுகிட்டே இருக்கியாம்...' என்றார்.

'பணம் பிரட்டணும் சார்... ஒரு லட்சத்துக்குக் கிட்ட வேண்டியிருக்கு. ராவ் உதவி பண்றன்னு சொல்லியிருக்கார்.'

'அதுவரைக்கும் அப்பாவை நெஞ்சு வலியோட வச்சிருக்கப் போறியா? லோன் போட்டு வாங்கிக்க... எதைத் தள்ளிப்போடறதுன்னு இல்ல?'

'ஸ்டாஃப் லோன்ல ரூல்ஸ்படி அவ்ளோ பணம் போட முடியாது சார்...'

'என் பர்சனல் அக்கௌண்ட்லர்ந்து செக்கு போடு. மாசா மாசம் திருப்பித் தா... ஆபீஸ்ல பாதி வேலை செய்யற. உனக்கு அவசரம்னா உதவி பண்ண மாட்டனா? என்ன ஆளுப்பா நீ? எங்கிட்ட முதல்லயே ஏன் சொல்லலை? இப்பவே செக் போட்டு எடுத்தா... நாளைக்கே ஆக வேண்டியதைப் பாரு.'

மனசு பாரம் விலகி பளிச்சென்று ஆன நாள். 'என்ன சுலபமாய் முடிந்து விட்டது. பணம் கொடுத்துதவத் தயாராய் இருக்கும் ஒருத்தரை

ஆனந்த் ராகவ் | 35

விட்டுவிட்டு யார் யார் பின்னாலோ அலைந்திருக்கிறேன். என்ன முட்டாள் நான்? என் மேல் அபிமானம் வைத்திருக்கிறார். அவர் சொன்னதுபோல அலுவலகத்தில் பாதி வேலை செய்கிறேன். இதைக் கூட செய்யாமல் இருப்பாரா? முன்னமே கேட்டிருக்க வேண்டும்.'

அதற்குப் பின் உற்சாகமாய், துரிதமாய் நகர்ந்த நாட்கள். பணம்தான் எல்லாப் பிரச்சனைகளையும் எவ்வளவு எளிதாய்த் தீர்த்துவிடுகிறது. சலிப்புடன் எதிர்கொண்ட மருத்துவரை கொஞ்சம் உற்சாகமாகக் கவனிக்க வைத்த பணம். வசதியான மருத்துவமனையில் சௌகர்யமாய் அறுவை சிகிச்சை செய்ய உதவிய பழனியப்பனின் பணம்.

துபாய் பயணிக்கும் முன் மருத்துவமனை வந்து விசாரித்த பழனியப்பன் குடும்பத்துடன் கொஞ்சம்போல நெருங்கிப்போனார். 'உங்க மாதிரி முதலாளி கிடைக்க மகேஷ் குடுத்துவைச்சிருக்கணும்.' 'உங்க குழந்தைகள் எல்லாம் நல்லாயிருப்பா...' நெகிழ்ந்து போன பெற்றோர்களின் வாழ்த்துகளைப் புன்சிரிப்புடன் ஏற்றுக்கொண்டு, மகேஷைத் தன் குடும்பத்தில் ஒருத்தனாய் நினைப்பதாய் தன் பங்குக்குச் சொல்லிவிட்டுப் போன, முதலாளி என்று மட்டும் அறியப்பட்ட பழனியப்பன் பெயர், கதாநாயகன் ஸ்தானத்துக்கு உயர்ந்தது.

அப்பா அபாய கட்டத்தைத் தாண்டி வீட்டுக்கு வந்து சேர்ந்து வீட்டில் கவிந்திருந்த இறுக்கமான அவலம் நீங்கி, ஸ்ரீரங்கம் போய்விட்டு வந்து, ரொம்பநாளாய்ப் பார்க்காத தமிழ் சினிமாவுக்குப் போய், மகாராஜபுரத்தின் தோடி ஆலாபனையை மறுபடி நிறைவாக ரசிக்கிற நிம்மதி வந்து, அவன் உற்சாகத்துடன் இயங்க ஆரம்பித்த கொஞ்ச நாட்களில்தான் அலுவலகத்தில் அந்த அசம்பாவிதம் நடந்தது.

திங்கட்கிழமை காலை - ஞாயிறு ஓய்வுக்குப் பிறகு துவங்கும் அலுப்பூட்டும் அலுவலகத்துக்கு வந்ததும் வாசலில் சிதறியிருந்த நிறுவனத்தின் கவலை முக வேலையாட்களைப் பார்த்தபடி சந்தேகத் தோடு நுழைந்தான் மகேஷ். அவனுக்காகவே காத்திருந்த கோடவுன் கீப்பர் வேலு அவனை அணுகி அந்த அதிர்ச்சியான செய்தியைச் சொன்னான்.

'கோடவுன் தீப்புடிச்சி எரிஞ்சிபோச்சு சார்... விடிகாத்தால நடந்திருக்கு. கரண்ட் சார்ட் ஆயிடுச்சுன்னு நெனைக்கறேன். ஒதுக்குப்புறமா இருக்குதா... சட்டுன்னு யாருக்கும் தீப்பிடிச்சது தெரியலை. பக்கத்துல யாரோ பாத்து ஃபோன் பண்ணி கீல்பாக்குலந்து ஃபையர் லாரி வர்றதுக்குள்ள எல்லாம் எரிஞ்சி போச்சு. காலைல போய்ப் பாத்தா துணியெல்லாம் எரிஞ்சி சாம்பல் குப்பையா இருக்குது. பழைய கட்டடம், அங்கங்க வயரு தொங்கிகிட்டுக் கிடந்தது. ரிப்பேரு பண்ணுங்கன்னு நிறைய தடவை சொல்லியிருக்கேன் சார். யாருமே கேக்கறதில்லை.'

அந்தச் செய்தியின் கத்திக்குத்து வயிற்றில் கவலையைக் கெல்லியது. மேஜையைத் திறந்து காப்பீடுக் கோப்பைத் தேடி அவசரமாய் மேய்ந்து இன்சூரன்ஸ் தொகையையும் தேதியையும் பார்த்து ஆசுவாச மூச்சு விட்டான். மூன்று மாதங்களுக்கு முன்பு காலாவதியான காப்பீட்டை நீட்டித்திருந்தார்கள்.

ஸ்கூட்டரில் வேலுவை உட்கார வைத்துக்கொண்டு கிடங்கு நோக்கிச் செல்லும்போது எதிர்கொள்ளப்போகும் தொல்லைகள் மனதை அலைக்கழித்தன. அந்த வருடம் எல்லாமே சிக்கல். சுமாராய் நடந்து கொண்டிருந்த ஏற்றுமதியில் விற்பனை அதிகரிப்பு என்று எல்லோரையும் விரட்டி விரட்டிச் சராசரிக்கு அதிகமாகவே விற்று, தேவைக்கதிகமாய் கிரெடிட் கொடுத்து, அகலக்கால் வைத்தாயிற்று. சில துபாய் வாடிக்கையாளர்கள் சரக்கு விற்கவில்லை என்று சொல்லிக்கொண்டு எப்போது கேட்டாலும் ‘இன்ஷா அல்லா’ என்று பணம் தராமல் மூன்று மாதங்களாய்த் தள்ளிப்போட்டுக்கொண்டிருக் கிறார்கள். வரம்பில் நிற்கும் வங்கி இருப்பைச் சமாளித்தே பாதி வேலை நேரம் கழிந்தது. சரக்கு சப்ளை செய்தவர்களுக்குத் தாமதமாய்ப் பணம் கொடுப்பதால் அவர்களின் கடுமையான பேச்சைச் சந்திக்க வேண்டியிருந்தது. இதெல்லாம் போறாதென்று முதுகை முறிக்கும் மயிலிறகாய் உற்பத்திக்கு இருந்த கையிருப்பும் இப்போது எரிந்து போய்விட்டது.

கிடங்கு இருந்த வெள்ளைக் கட்டடம் லேசாகப் புகைந்து கொண்டிருக்க ஜன்னல்கள், கதவு என்று கட்டடத்தின் துவாரம் இருந்த இடத்திலெல்லாம் தீயின் புகை நாக்கு நீட்டி கறுப்பாய் அப்பிக்கிடந்தது. நிறையப் பேர் இன்னும் வேடிக்கை பார்த்துக் கொண்டிருந்தார்கள். சுற்றிலும் தண்ணீர் தேங்கி சகதியாயிருந்தது.

‘இன்னும் லேசா அனல் அடிக்குது சார். எல்லாம் எரிஞ்சிடுச்சு. முதல் மாடில டெனிம் கொஞ்சம் மிச்சமிருக்கு. அதுவும் தண்ணில ஊறி சொத சொதன்னு ஆயிடுச்சு. சுத்தமா ஒண்ணும் தேறாது. நான் பாத்துட்டேன்.’

மகேஷ் கைபேசியை எடுத்து அதன் நியாபகங்களில் வருடி முதலாளி பழனியப்பனைக் கண்டுபிடித்து அழுத்தினான்.

‘மகேஷ் என்ன காலங்காத்தால...’ என்றது பழனியப்பனின் துபாய் தூக்கக் குரல்.

‘ஒரு கெட்ட செய்தி சார்’ என்று கொஞ்சம் கொஞ்சமாய்ச் சொன்னதும் பழனியப்பன் தூக்கம் சுத்தமாய் விலகி அதிர்ந்துபோய் சகஜ நிலைக்கு வர கொஞ்ச நேரம் ஆனது.

'ஜே சி பென்னி ஆர்டர், ஜான் வின்னர் கன்சைன்மெண்ட் எல்லாத்துக்கும் ஸ்டாக் இருந்ததே... கொஞ்சம் கூடவா தேறாது... என்னப்பா பண்றது இப்ப? இன்சூரன்ஸ் கவர் இருக்குதா?'

'ஃபையர் பாலிசி இருக்கு சார். இன்னிக்கே தகவல் சொல்லிடறேன்.'

'மகேஷ், எல்லா வேலையையும் நிறுத்திட்டு முதல்ல இத கவனி. இன்சூரன்ஸ் க்ளெயிம் பண்ண என்ன செய்யணுமோ அதை உடனே செய். ஆபீஸ்ல வேலை முழுக்கத் தெரிஞ்சவன் நீ ஒர்த்தன்தான். கொஞ்சம் பாத்துக்க. நான் பணம் வசூலிக்கதான் இங்க பழியாக் கிடக்கேன். நாலு நாள்ல வந்துடறேன்.'

கொஞ்சம்போல் ஓய்ந்திருந்த வாழ்க்கைச் சுழல் மறுபடி இயந்திரத் தனமானது. காவல் துறை - காப்பீடு அலுவலகம் என்று துணிக்கிடங்கு எரிந்து சாம்பலான செய்திக்கு எந்தவிதத் தாக்கமும் இல்லாத அதிகாரி களுடன் மன்றாடும் சூழல். செய்தி கேள்விப்பட்டு நிறுவனத்தின் சப்ளையர்களின் சரமாரியான தொலைபேசித் தொல்லைகளைச் சமாளித்த சூழல்.

காப்பீடு விண்ணப்பம் தயார் செய்தான். இன்சூரன்ஸ் அதிகாரிகள் வந்து இடத்தைப் பார்த்துப் புகைப்படம் எடுத்து அவனிடம் விவரங்கள் சேகரித்துச் சென்றார்கள். அவர்களுடன் சென்று அவர்கள் கேட்கும் கேள்விகளுக்கெல்லாம் பதில் சொல்லி, கணிப்பொறியில் சரக்கு இருப்பு கணித்து, அதன் மதிப்பைக் கணித்து, அத்தனைக்கும் இன்வாய்ஸ் தேடி, சரக்கு அனுப்பியவர்களுடன் கொஞ்சம் அவகாசம் கேட்டு, வங்கி அதிகாரிகளுடன் பேசி கொஞ்சம் தற்காலிகக் கடனுதவி கேட்டு, வாடிக்கையாளர்களிடம் பேசி... மூன்றாவது நாள் முடிவில் களைத்துப்போனான். பழனியப்பன் அவ்வப்போது கவலையோடு தொலைபேசினார்.

'இன்சூரன்ஸ் வேலை எல்லாம் முடிச்சிட்டியா மகேஷ்? உன் கைலதான் இருக்கு எல்லாம்.'

'நடந்துகிட்டு இருக்கு சார். லாஸ் ஆஃப் ப்ராஃபிட் க்ளெயிம் ஒண்ணு போடணும்' முதலாளி அனுசரணையாய் விசாரித்த தெம்பில்.

வீட்டுக்குப் போகத் தயாராகிக்கொண்டிருந்த ராவ் வந்து 'இந்த மாசம் சம்பளம் குடுப்பியா?' என்றார்.

'டெம்பரரி ஓ.டி கேட்டிருக்கேன். பணம் வசூலிக்கதானே பாஸ் துபாய் போயிருக்காரு... ஏதாவது கலெக்ஷன் ஆனா தேத்திடலாம்.'

'கிழிச்சாரு... துபாய் கன்சைன்மெண்ட் காலி. அப்துல் மாலிக் நாமம் போட்டுட்டான். ஒரு மாசமா ஆளு துபாய்லயே இல்லையாம். நைசா

பேசி கன்டெயினர் கன்டெயினரா கிரெடிட் வாங்கி வித்துட்டு ஆளு வேற எங்கியோ போயிட்டான். பணமெல்லாம் புஸ்வாணம் ஆயிடுச்சு. நான் அப்பவே பழனியப்பன் கிட்ட சொன்னேன். அவனுக்கெல்லாம் கிரெடிட் குடுக்காதீங்கன்னு... கேட்டாரா? அதான் துபாய்ல டேரா போட்டு லாயர் பின்னாடி அலைஞ்சிகிட்டு இருக்காரு. அவன் மாட்டமாட்டான்ப்பா... இதுமாதிரி போனா கம்பெனி உருப்பட்டாப்பலதான்' நொந்துகொண்டே போன அவரின் கவலை மகேஷையும் தொற்றிக்கொண்டது.

ஏழு மணி, அலுவலகம் மௌனமாய் இருந்தது. இன்சூரன்ஸ் சம்பந்தப் பட்ட விவரம் கணிக்கக் கணிப்பொறியில் கணக்கிட்டுக்கொண்டே வரும்போது தேவைப்பட்ட கோப்பு ஒன்று பழனியப்பன் அறையில் இருந்த நியாபகம் வந்தது. அவர் அறைக்குள் நுழைந்து மேஜை மேல் தேடத் துவங்கினவன் கண்ணில் அந்தக் காகிதம் தென்பட்டது. சரக்கு இருப்பு விவரம் குறிக்கப்பட்ட காகிதம். சரக்குகளைக் கிடங்கிலிருந்து வெளியேற்றி வேறு இடத்துக்குக் கொண்டுசென்றதைத் தெரிவிக்கும் சங்கேதக் குறிப்புகள். தேதி பார்த்ததில் தீ விபத்துக்குச் சன்று முன்பு இடம் பெயர்ந்தது தெரிந்தது. அலுவலகக் குறிப்புகளை இன்னொரு முறை சரிபார்த்தான். அக்கௌண்டண்டின் மேஜையில் துழாவி சரக்குப் போக்குவரத்து சம்பந்தமான கோப்புகளை ஆராய்ந்தான். அதற்கான விவரங்கள் எதுவும் கணிப்பொறியிலோ கணக்கிலோ இருக்கவில்லை. அவனுள் அதிர்ச்சி அலைகள் எழுந்து அடங்க நிரம்ப நேரம் ஆனது.

ஸ்கூட்டரை எடுத்துக்கொண்டு கிடங்குக்கு விரைந்து, வேலுவைத் தனியே அழைத்து நைச்சியமாய்ப் பேசி அவன் கண்டுபிடித்ததைச் சொல்லி மிரட்டியதில் அவன் மிரண்டுபோய் ஒப்புக்கொண்டான்.

மூன்று நாட்களுக்கு முன்னரே துணிகளை எல்லாம் ரகசியமாய் அப்புறப்படுத்தி பழனியப்பன் நண்பர் ஒருவரின் நிறுவனக் கிடங்கில் வைத்ததையும் அது சம்பந்தமான ஆவணங்கள் எதுவும் கணக்கில் எழுத வேண்டாம் என்று பழனியப்பன் ரகசியமாய்ச் சொன்னதையும், உபயோகமில்லாத பழைய சரக்குகள் கொணர்ந்து அடுக்கி வைத்ததையும்...

'அதுக்கு மேல் எனக்கு ஒண்ணும் தெரியாது சார். இந்த விஷயத்தை நான் சொன்னேன்னு சொல்லிடாதீங்க. என்னைக் கொன்னு போட்டுடுவார் சார்...'

வியாபார நஷ்டம், சரக்குகள் இடம் மாறியது, தீ விபத்து, பழனியப்பன் ஊரில் இல்லாதது என்று சம்பவங்களின் சேர்க்கையில் விபரீதம்

மெல்ல அவனுள் இறங்கியது. ‘அக்கிரமம். கிரிமினல் குற்றம்... வியாபாரத்தில் நஷ்டம் என்றால் வேறு யாரையாவது ஏமாற்றுவது என்ன நியாயம்? தீ விபத்தைத் திட்டமிட்டு செய்துவிட்டு சந்தேகம் வராமல் இருக்க வெளியூர் போய் ஒளிந்துகொண்டு... என்ன கீழ்மை... இதை என்னைச் செய்ய வைத்து என்னையும் உடந்தையாக்கிவிட்ட அநியாயம்... இந்தக் கிராதகன் முகத்தில் விழித்தாலும் பாவம்.’

முதலாளி என்கிற மரியாதை எல்லாம் தொலைந்து போய் அவரை நினைத்தாலே ஆத்திரம் மேலோங்கியது. தூங்கும்போதும் கூட ஆற்றாமை அடங்காமல் மனது ஓலமிட்டது. திரும்பத் திரும்ப யோசித்து ஒரு முடிவெடுக்க வேண்டிய நிர்பந்தத்துக்கு அவன் தன்னைத் தயார் செய்துகொண்டான்.

சில நாட்கள் கழித்து வந்த பழனியப்பன் இயங்கிய விதத்தில் அவரிடம் வேலு விஷயத்தைச் சொல்லியிருப்பான் என்று தோன்றியது. எதற்கெடுத்தாலும் மகேஷைக் கூப்பிடுபவர் அன்று அவனை முற்றிலுமாய்ப் புறக்கணித்ததில் இருவருக்குமிடையே நெருடலான மௌனம் தொடர்ந்தது. நாள் முழுவதும் மனசு லயிக்காமல் வேலை செய்து கொண்டிருந்தவனை, அவன் எதிர்பார்த்தபடியே அலுவலகம் காலியானதும் பழனியப்பன் அழைத்தார். மகேஷ் மிக நீண்டதொரு வாக்குவாதத்துக்கு மனத்தளவில் தயாராகி, பலவிதமாய் எழுதி எழுதி கிழித்துப்போட்டு இறுதியில் சுருக்கமாய் எழுதின ராஜினாமா கடிதத்தையும் கையில் எடுத்துக்கொண்டு அவர் அறைக்குள் நுழைந்தான். அவர் அதை எதிர்பார்த்தவர்போல அவனுக்கு இருக்கையைக் காட்டிவிட்டு அவர் கையெழுத்திடவேண்டிய காகிதங்களில் இயந்திரத் தனமாய்க் கிறுக்கியபடி இருந்தார். மகேஷ் மௌனமாகக் காத்திருந்தான். அவருடன் பேசவேண்டியதை மனதுக்குள் கோர்த்துக் கொண்டான்.

பழனியப்பன் காகிதங்களில் கையெழுத்து இட்டு முடித்து, பேனாவை மூடி வைத்துவிட்டு அவனைத் தலை நிமிர்ந்து பார்த்துப் பரிவுடன் வினவினார்.

‘அப்பா உடம்பு சௌக்கியமா இருக்காரா மகேஷ்?’

அமுதசுரபி, ஜனவரி 2003
சிறுகதைப் போட்டி இரண்டாம் பரிசுக் கதை

டாக்ஸி டிரைவர்

ஆஸ்திரியாவின் வியன்னா விமான நிலையத்தை விட்டுக் கொஞ்சம் கவலையோடு வெளியே வந்தோம். குளிர் எங்களை விரோதத்துடன் எதிர்கொண்டது.

ஆரம்பமே கோளாறு. மும்பையிலிருந்து ஃப்ராங்ஃபர்ட் வந்த எங்கள் விமானம் தாமதமாய் வர, ஃப்ராங்ஃபர்டிலிருந்து வியன்னா வரும் இணைப்பு விமானத்தைத் தவறவிட்டுவிட்டு அடுத்த விமானத்தில் நாங்கள் தாமதமாய் வந்ததால், எங்களை விமான நிலையத்திலிருந்து அழைத்துச் செல்லவேண்டிய பீட்டர் க்ராஸ் இரண்டு மணிநேரக் காத்திருத்தலுக்குப் பிறகு வீட்டுக்குத் திரும்பிப் போய்விட்டார். நாங்களே ஒரு டாக்ஸி பிடித்து அவர் வீட்டுக்குப் போக வேண்டும். டாக்ஸி எங்கே பிடிப்பது, டிப்ஸ் எவ்வளவு தரவேண்டும், டிரைவருக்கு இடம் தெரியுமா, ஒழுங்கான வழியில் போவானா என்று சில்லறைக் கவலைகள் மனதில் இறைந்திருந்தன.

பீட்டர் கிராஸ் என்னும் ஆஸ்திரியர் எங்களுக்கு நண்பர். நான் உறுப்பினராய் இருந்த மதராஸ் ரோட்டரி கிளப்பில் கலாசாரப் பரிவர்த்தனை திட்டத்தினால் அவர் எங்களுக்கு நண்பரானார். இந்தியாவுக்கு ஆராய்ச்சி செய்ய வரும் வெள்ளையர்களை கிளப்பின் இந்திய உறுப்பினர்களின் வீடுகளில் தங்கவைக்கும் இந்தத் திட்டத்தில் பீட்டர் இரண்டு மாதங்கள் எங்களோடு மதராஸில் தங்கியிருந்தார். வெள்ளைக்காரர்களுக்குக் கலை, கலாசாரம், சரித்திரம் சார்ந்த சில சமாசாரங்களால் இந்தியா மேல் ஏற்படும் அதீத ஆர்வத்தில் நம் உஷ்ணம், காரம், குப்பை, தூசி அத்தனையையும் பொறுத்துக்கொண்டு வந்து அவர்களின் தனித்தன்மையான கோணத்தில் இந்தியாவை அலசி ஆராய்ந்து நமக்கெல்லாம் புலப்படாத இந்தியாவின் வசீகரங்களைச் சேகரித்துக்கொண்டு சந்தோஷமாய்த் திரும்பிப்போகிறார்கள். பீட்டர் அப்படி வந்தவர்தான். போன வருடம் தமிழ் நாட்டுக் கோயில்களைப் பற்றி ஆராய்ச்சி செய்ய வந்திருந்தார். வந்த முதல் வாரம் கடுகே காரம் என்று அலறி, வாரம் முழுக்கப் பேதியாகி பின்னர் சுதாரித்துக்கொண்டு,

அரை டிராயரும் டீ ஷர்ட்டும் முதுகுப் பையுமாய் அலைந்து, ஒரு கோயில் விடாமல் சுற்றி, அதன் மூலை முடுக்கெல்லாம் கேமராவில் அடக்கி, அவைகளின் சரித்திரத்தை ஆராய்ந்து, இட்லி தோசை பிடித்துப்போய், அவரின் வெள்ளைத்தோலைப் பொன் வறுவலாய் ஆக்கிக்கொண்டு திரும்பிவிட்டார். எங்களோடு தங்கியதால் மரியாதை நிமித்தம் எங்களை ஆஸ்திரியா அழைத்திருந்தார். ஐரோப்பிய ஹோட்டல்களின் டாலர் மிரட்டலில் பயந்து சிக்கனமாய் ஊரைச் சுற்றிப் பார்க்கத் தோதாய் பீட்டரின் அழைப்பை ஏற்று நாங்கள் கிளம்பிவந்திருந்தோம்.

எதிர்ப்பக்கம் டாக்ஸி நிலையம் தென்பட்டது. கவலைதோய்ந்த முகத்தோடு வரும் எங்களைப் பார்த்தவுடனே எங்கள் நிராதரவற்ற நிலையை உணர்ந்து ஓர் ஆஜானுபாகு ஆஸ்திரிய டாக்ஸிஓட்டி வந்து நின்றான். டாக்ஸி, ஆட்டோக்காரர்களுக்கு வேறு என்ன தகுதிகள் இருக்கிறதோ இல்லையோ, மான் கூட்டத்தில் மெத்தனமாகவோ, சோணியாகவோ திரியும் ஒன்றைத் தேர்ந்தெடுத்துத் துரத்தி தன் இரையாக்கும் ஒரு சிறுத்தையின் உணர்வு அபிரீதமாய் **(அபரிமிதமாய்???)** இருக்கிறது. கூட்டமாய் வரும் பயணிகளில் தயங்கியபடியே சுற்றுமுற்றும் பராக்குப் பார்த்தபடி வரும் பலியாளைச் சட்டென்று தேர்ந்தெடுத்து அமுக்கி, அந்த அந்நியப் பிரதேசத்தில் அவனை உய்விக்க வந்த ரட்சகன் மாதிரி '...அங்கதான சார்... போயிறலாம் சார்... வாங்க சார்' என்று பயணிகளின் சேவைக்காகவே தங்களை அர்ப்பணித்துக்கொண்டதுபோல பாவனை காட்டும் ஆசாமிகள். வாகனத்தில் உட்கார்ந்ததும் ஐம்பது ரூபாய் வாடகை ஆகும் இடத்திற்கு ஐந்நூறு ரூபாய் கூசாமல் கேட்கும் காலிகள். என்னுடைய சுட்டுத்தள்ளவேண்டியவர்கள் பட்டியலில் அரசியல்வாதிகள், அரசு அதிகாரிகள், ஆன்மிகவாதிகள் ஆகியோருக்குப் பிறகு ஆட்டோ/ டாக்ஸி டிரைவர்களைதான் வைத்திருக்கிறேன்.

அந்த ஆஸ்திரிய சிறுத்தை, சுற்றுவட்டாரத்தில் தென்பட்ட வெள்ளைக் காரர்களை விட்டு விட்டு அந்த இடத்தின் திருஷ்டிப்பொட்டு மாதிரி இருந்த எங்களை அணுகி 'டாக்ஸி?' என்று வினவினான். அவன் சாம்பல் கண்களை, என் ஐந்தடி தூரத்திலிருந்து அண்ணாந்து பார்த்து 'எஸ்' என்றேன் தயக்கமாய், ஓர் ஆசியமுக டாக்ஸிஓட்டி எவனாவது தென்படமாட்டானா என்று சுற்றிலும் தேடியபடி. ஆசிய டாக்ஸி டிரைவர்களின் கயமைத்தனத்தை முக லட்சணம், உடம்பு மொழி, வாய் ஜாலம் எல்லாவற்றையும் பழக்கம் காரணமாய் என்னால் எளிதில் கணிக்க முடியும். அந்த வெள்ளைக்காரனை என்னால் கொஞ்சமும் எடைபோட முடியவில்லை.

அவன் உயரமே என்னை மிரட்டியது. ரத்த சோகை வெள்ளைத் தோலில் பொன்நிற மயிர்கள் உறுத்தலாய்த் தெரிந்தன. சுத்தமாய் ஷவரம் செய்யும் வெள்ளைக்காரர்களின் பொதுத்தன்மைக்கு மாறாய் செம்பட்டை நிறத்தில் பெரிய மீசையும் தாடியும் வைத்திருந்தான். அவன் அணிந்திருந்த தொப்பிக்கு அடங்காத நீளமான கூந்தல் தோளில் வழிந்தது. ஆங்கிலம் தெரியாத, ஜெர்மன் பேசும் இந்த ஊரில் ஓர் ஆஸ்திரிய வண்டி ஓட்டியுடன் எப்படி மன்றாடப்போகிறேன் என்று யோசனையில் சட்டையில் முகவரி காகிதத்தைத் தேடினேன். அவன் என்னைப் பார்த்து சிநேகத்துடன் புன்னகைத்ததை, அந்த முகம் அறையும் குளிரிலும் என் கவலை ஓட்டத்திலும் நான் சரியாய்க் கவனிக்கவில்லை. பீட்டரின் முகவரி எழுதிய காகிதத்தை அவனிடம் நீட்டினேன்.

‘யு நோ திஸ் ப்ளேஸ்..? பாக்மன் காசே... டிஸ்ட்ரிகெட் ஃபோர்ட்டீன்.’

அதைப் பார்த்துவிட்டு ‘நோ ப்ராப்ளம்... ஐ கேன் ஃபைண்ட் இட்’ என்று புன்னகைத்தான்.

அவன் கொஞ்சமாய் ஆங்கிலம் பேசியது ஆறுதலாய் இருந்தது. அவன் எங்கள் உடமைகள் வைத்த வண்டியைத் தள்ளிக்கொண்டு போய் டாக்ஸி என்ற மஞ்சள் விளக்குக் கிரீடம் வைத்திருந்த அந்த மெர்சிடிஸ் பென்ஸை அடைந்தான். நான் குளிரில் மார்போடு கையை அணைத்தபடி நின்றதாலோ என்னவோ முதலில் கதவைப் பணிவாய்த் திறந்து எங்களை அமரச்சொன்னான். நான் அதைச் சட்டை செய்யாமல் ஏதாவது ஒரு பையை அவன் வேண்டுமென்றே ஏற்றாமல் விட்டு விட்டல் என்ன செய்வது என்ற கவலையில் எங்கள் உடமைகளைச் சரியாக வைக்கிற சாக்கில் அவன் பக்கமே நின்றுகொண்டேன். அவன் எங்கள் பெட்டிகளைப் பின்புறம் திணித்தான். நான் அதைச் சரிசெய்கிற மாதிரி ஒரு பையை முன்னும் பின்னும் அசைத்துவிட்டு நின்றேன். அவன் டிக்கியை மூடியவுடன் காரின் பின்பக்கத்தில் ஏறிக்கொண்டோம். இருக்கையின் பஞ்சு மென்மை எங்களை முனகாமல் ஏற்றுக் கொண்டது.

‘மெர்சிடிஸ் டாக்ஸி... வாடகை அதிகமா இருக்கப்போவுது’ என்றாள் மனைவி.

‘கேட்டுடுங்களேன்... அதிகம்னா வேற சாதாரண டாக்ஸில போயிடலாமே...’ என்றாள் விடாமல்.

‘அதெல்லாம் ஒண்ணுமில்லை... இந்தூர்ல மெர்சிடிஸ் சகஜம்’ என்றேன் நான், அதே கவலையுடன்.

அவன் வந்து முன் சீட்டில் உட்கார்ந்து, என் முகவரிக் காகிதத்தை இன்னொரு முறை பார்த்துவிட்டு, பக்கத்தில் இருந்த சின்னப் புத்தகத்தின் பக்கம் புரட்டி, விரலால் மேய்ந்து... திருப்தியானவுடன் புத்தகத்தை மூடி வைத்துவிட்டு முன் பக்கக் கண்ணாடி வழியாக என் முகம் பார்த்து 'வி வில் கோ?' என்று புன்னகைத்துவிட்டு காரைக் கிளப்பினான்.

மெர்சிடிஸின் சஸ்பென்ஷன் ஆதரவில் கார் வழுக்கிக்கொண்டு போனது. நகரத்தின் சுவடு இல்லாத வனாந்தரம் போன்ற அந்த இடத்தின் அடர்த்தியான மரங்கள் குளிருக்கு விறைத்துப்போனது போல அசையாமல் நின்றிருந்தன. அந்தச் சாயந்தர மூன்று மணிக்கே இருட்டு லேசாகக் கவிந்து வாகனங்கள் வெளிச்சக் கண்களால் விழித்துக்கொண்டு விரைந்து போய்க்கொண்டிருந்தன. அவன் வாகனத்து டேப்ரிக்கார்டரை இயக்கி மேற்கத்திய சாஸ்திரிய சங்கீதத்தை, ஹீட்டரின் இளஞ்சூடான காற்றுடன், கார் முழுக்க மென்மையாய் நிரப்பினான். 'சைக்காவ்ஸ்க்கி...' என்றான் எங்கள் தகவலுக்கு. அவன் பணிவு, தேவையில்லாத புன்னகை, சங்கீதம் போடும் கரிசனம் என்று அவனது ஒவ்வொரு சைகையும் என் கவலையை அதிகரித்தது. யதேச்சையாக முகத்தைத் திருப்பியதும் அவன் தனக்கு முன்பிருந்த கண்ணாடி வழியாய் என்னையே முறைத்துக் கொண்டிருந்தது தெரிந்தது. கண்கள் சந்தித்ததும், 'யு ஆர் ஃப்ரம் இண்டியா?' என்றான், நான் எதிர்பார்த்தபடி.

'யெஸ்.'

'நார்த் ஆர் சவுத்.'

'நார்த்' என்றேன் ஏதோ சொல்லித் தட்டிக்கழிக்கும் மனப்பான்மையில். பெரும்பாலான வெள்ளைக்காரர்களுக்கு நார்த் தான் தெரியும். டில்லி, ஆக்ரா, ஜெய்ப்பூர் என்கிற சுற்றுலா முக்கோணமும் சப்பாத்தி, தந்தூரிச் சிக்கனும் மட்டும்தான் இவர்களுக்கு இந்தியா.

'டெல்லி?' என்றான் விடாமல்.

'யெஸ்.' அடுத்து பத்திரிகைகளிலோ அவர்கள் ஊர் தொலைக் காட்சியிலோ பார்த்த தாஜ்மகால் பற்றிச் சிலாகிப்பான்.

'யு ஆர் கமிங் ஹியர்... ஃபர்ஸ்ட் டைம்.'

நான் இன்னொரு 'யெஸ்' சுவாரசியமில்லாமல் உதிர்த்துவிட்டு முகத்தைத் திருப்பி வெளியே பார்த்தேன் அவனிடம் பேச விருப்பமில்லை என்கிற தோரணையில். நான் ஆட்டோ, டாக்ஸி டிரைவர்களிடம் பேசுவதை விரும்பாதவன். அவர்கள் பேசும்

ஊர்வம்பும் அரசியலும், சினிமாவும் எனக்குப் பிடிக்காதவை. மேலும், இவர்கள் வாடிக்கையாளர்களிடம் பேசுவது ஆழம் பார்க்கும் செயல் என்பது என் கருத்து. ஆள் சாதுவா? சண்டியா? வழி தெரிந்தவனா இல்லை எந்த வழியாய் அழைத்துப்போனாலும் பேசாமல் இருக்கும் மௌனியா என்று கணிக்கும் உத்தி. மதராஸ் ஆட்டோவில் பயணித்து நான் கற்ற பாடம். ஒரு சமுதாயத்தின் நேர்மை, கலாசாரம் எல்லாவற்றுக்கும் அளவுகோலே அந்த ஊரின் வாடகை வண்டி ஓட்டுநர்கள்தான். இன்னும் இரண்டு நூற்றாண்டுகளானாலும் நம் தேசம் உருப்படப்போவதில்லை என்பதை நம்மூர் ஆட்டோ டிரைவர்கள் நடத்தையிலிருந்து உத்தரவாதமாக என்னால் சொல்லமுடியும்.

மும்பை விமான நிலையத்தில் பின்னிரவு கிளம்பி ஃப்ராங்ஃபர்ட்டில் இரண்டு மணி நேரம் காத்திருந்து தூக்கம் இழந்த அசதியில் நானும் மனைவியும் அடுத்த இரண்டாவது நிமிடத்தில் தூங்கிப்போனோம். சைக்காவ்ஸ்க்கி, நாங்கள் தூங்குவதை முன்னிட்டு தன் ஆறாவது சிம்பனியின் பி மைனர் வயலினில் கீழ்ஸ்தாயியிலேயே, உறுத்தாமல் சஞ்சாரம் செய்தபடி இருக்க, ஹாரன் அடிக்காத, முன்னால் போகும் காரை வையாத அழுத்தமான அற்புதமான அமைதியில் நாங்கள் என்ன முயன்றிருந்தாலும் தூங்காமல் இருந்திருக்கமுடியாது. எதிர் திசையில் நழுவும் வாகனங்களின் சக்கரங்கள், ஈரமான சாலைகளில் விரைவதால் ஏற்பட்ட சீரான அரவம் எங்கள் தூக்கத்துக்கு ஒத்தடம் கொடுப்பது போல காதுகளை வருடின. வாகனத்தின் இளஞ்சூட்டிலும், பளிங்குச் சாலையின் குலுக்கலில்லா விரைவிலும் தடங்கலில்லாமல் ஆழ்ந்த உறக்கத்துள் உறைந்தோம்.

ஒரு சின்ன அவசர ப்ரேக்கின் தள்ளல் எங்கள் இருவரையும் எழுப்பியது. மனைவி திடுக்கிட்டு எழுந்து, சிவந்த கண்களோடு 'இன்னும் வந்து சேரலயா? டைம் என்ன?' என்றாள் வாயைத் துடைத்துக் கொண்டு. கார் நின்ற இடத்தில் நான்கைந்து போலீஸ்காரர்கள் நின்று கொண்டு வாகன ஓட்டத்தைச் சீராக்கிக்கொண்டிருந்தார்கள். அவர்களுக்கு அந்தப்பக்கம் ஒரு கார் பாதையிலிருந்து கொஞ்சமாய் விலகி பனிக்குவியலுக்குள் சிக்கியிருந்தது. கடிகாரத்தைப் பார்த்தேன். முக்கால் மணி நேரத்துக்கு மேல் ஆகியிருந்தது. இவ்வளவு நேரம் ஆகுமா என்ற சந்தேகத்தில் நான் அவன் தோளை லேசாகத் தட்டி 'வேர் ஆர் வி?' என்றேன்.

அவன் 'ஃபிப்டீன் மினிட்ஸ் மோர்' என்றான்.

டாக்ஸி மீட்டரைப் பார்த்து 'என்னங்க 310 ஷில்லிங் காமிக்குது? ரூபாய்ல எவ்வளவு?' என்றாள், ஐரோப்பாவுக்குப் பயணமாகிற ஏற்பாடு செய்திருந்த தினத்திலிருந்து அன்னியக் கட்டணங்களை இந்திய ரூபாயில் பெருக்கியபடி இருந்த மனைவி.

‘கிட்டத்தட்ட 1400 ரூபா…’

‘நாசமாப் போச்சு. ஏர்போர்ட்லர்ந்து சிட்டிக்குள்ள வர 1400 ரூபாயா…! இவன் ஏமாத்தறான்ங்க… சுத்து வழில வந்திருக்கான்…’

எனக்கும் அந்தச் சந்தேகம் தொற்றிக்கொண்டது. கண்ணாடியில் மறுபடி அவன் என்னை உற்று நோக்கும் பார்வை தெரிந்தது.

‘ஊருக்குள்ள வர்றதுக்கு எவ்ளோ வாடகை ஆகும்னு பீட்டர் கிட்ட கேட்டுகிட்டீங்களா?’

‘இல்ல, அவரு வந்து பிக்கப் பண்ணிக்கற ஐடியா இருந்ததால கேட்டுக்கலை.’

‘அவரை ஃபோன் பண்ணி ஏர்போர்ட்டுக்கு மறுபடி வரச்சொல்லி யிருக்கலாங்க… நீங்கதான் சங்கோஜப்பட்டுகிட்டு கூப்பிட மாட்டேன்னுட்டீங்க.’

‘அந்த ஆளு தன் வேலையை உட்டுட்டு வீட்லந்து வந்து, நாம ஃப்ளைட்டு மிஸ் பண்ணது தெரியாம மூணு மணி நேரம் காத்திருந்துட்டு வீட்டுக்கு திரும்பிப் போயிருக்காரு. அவரை மறுபடி ஏர்போர்ட்டுக்கு வான்னு எப்டி கூப்படறது?’

‘ஃப்ராங்ஃபர்ட்ல கனெக்ட்டிங் ஃப்ளைட் விட்டுட்டோம்ல. அங்கிருந்து அவருக்கு ஃபோன் பண்ணி விஷயத்தைச் சொல்லியிருக் கலாம்.’

‘பண்ணேன்ம்மா, ஃபோன் அடிச்சிகிட்டு இருந்தது. அவரு எங்கியோ வெளிய போயிட்டாருபோல… இதெல்லாம் எப்டி தவிர்க்க முடியும் சொல்லு.’

‘அநியாயம்ங்க… நம்மூர்ல ஆட்டோக்காரனுக்கு மீட்டர் மேல பத்து ரூபா குடுக்க சண்டை போடுவீங்கல்ல… இங்க சேத்து வச்சி அழுங்க. எவனோ இளிச்சவாயனுங்க மாட்னாங்கன்னு ஊரைச் சுத்திக் காமிக்கறான்.’

‘ஏமாறணும்னு இருந்தா ஏமாந்துதான் ஆகணும். புது ஊரு. ஆளுங்களைத் தெரியாது…’

‘ஊரை நல்லா பாத்துக்கங்க… தனியா ஒரு முறை வரவேணாம்.’

‘கொஞ்சம் பேசாம வர்றியா…’

மறுபடி கண்ணாடியில் கண்கள் சந்தித்தன. அவன் தன் கண்களை என்னிடமிருந்து விலக்கிக்கொண்டான்.

டாக்ஸியின் வேகம் குறைந்திருந்தது. மஞ்சள் ஒளி தெறிக்கும் ஜன்னல்கள் கொண்ட கட்டடங்கள், சாலையிலிருந்து அள்ளிப்போட்ட பனிக் குன்றுகள், புகை கக்கும் சுவாசத்தோடு நடக்கற மனிதர்கள், சக கார்கள், மெல்லிய மணியோசையோடு வளைந்து நெளிந்து போகிற சிவப்பு டிராம் வண்டிகள் என்று நகரத்தின் அடையாளங்களைப் பார்ப்பது ஆசுவாசமாய் இருந்தது. அவன், என் முகவரி எழுதிய காகிதத்தை இன்னொரு முறை எடுத்துப் பார்த்துவிட்டு இடமும் வலமுமாய்ப் பார்த்தபடி ஓட்டி வந்து வேகம் குறைத்து ஓரிடத்தில் நிறுத்தினான். எங்கள் இலக்கு எண் தெரிந்தது. 'யுவர் அட்ரஸ்' என்றான் சுருக்கமாய். நான் என் பர்ஸிலிருந்து, மனம் லேசாக அடித்துக்கொள்ள, 400 ஷில்லிங் சேகரித்து எடுத்துக்கொண்டு இறங்கினேன்.

காரை விட்டு இறங்கி வந்து டிக்கியைத் திறந்தான். எங்கள் உடமைகளை எடுத்து வைத்தான். பெட்டியைக் கீழே வைக்கக் குனிந்தபோது அவன் கழுத்திலிருந்து ஒரு ருத்ராட்ச மாலை நழுவித் தொங்கியது. நிமிர்ந்து எடுத்து கண்ணில் ஒற்றிக்கொண்டு சட்டைக்குள் போட்டுக் கொண்டான்.

'பனி விலுந்து ரோடு மோஸ்மா இர்க்கு... அதனால வற்ர லேட் ஆச்சு. சுத்தி வல்லை... தப்பா நெனைக்காதிங்க. மெட்ராஸ்லந்து வந்த உங்கல பாக்க ரெம்ப மகில்ச்சி...' என்றான்.

கலைமகள், ஜூலை 2004

இலக்கியச் சிந்தனை மாதாந்திரப் பரிசுக் கதை

ஐன்ஸ்டீன் ஐயப்பன்

தலைமையாசிரியர் விஸ்வநாத சர்மா, ஆசிரியர்களின் தனியறைக்கு நடந்து வந்தார். விடைத்தாள்களைத் திருத்திக் கொண்டிருந்த கணக்கு வாத்தியார் மோகன் தாஸ், சர்மாவைப் பார்த்ததும் கோபமாய் 'என்ன எழுதியிருக்காங்க இந்தப் பசங்க? இந்தப் பையன் எழுதியிருக்கறது பைதாகரஸ் தியரம் இல்ல பைத்தியக்கார தியரம். உருப்படுமா இந்தப் பள்ளிக்கூடம்' என்றார்.

சர்மா, தலைமையாசிரியர் என்பதாலும், அவரும் கணக்கில் வீக்கு என்பதாலும் அவர் கோபத்தைப் புன்னகையால் சமாளித்துவிட்டு அமர்ந்தார். அவரைப்போல விதவிதமான குணாதிசயங்களோடு ஒரு வாத்தியார் பட்டாளத்தைச் சமாளித்துக்கொண்டிருந்த சர்மா அந்தப் பள்ளிக்கூடத்தின் நிர்வாகியும் கூட. தாத்தா கிருஷ்ணமூர்த்தி சர்மா தன் அபிலாஷைகளில் ஒன்றாக அந்தப் பள்ளிக்கூடத்தை நிறுவி அதை நிர்வகிக்க வேண்டிய பொறுப்பைத் தன் சந்ததிகளிடம் சுமத்திவிட்டு, பள்ளிக்கூடத்திற்குப் பெயரையும் தந்துவிட்டு, பள்ளி அலுவலக அறையின் பெரிய புகைப்படத்துக்குள் புன்னகையுடன் முடங்கிப் போய்விட்டார். அவர்கள் குடும்பத்தார் சார்பாக அந்தப் பள்ளியை நிர்வகிக்கும் கடமை விஸ்வநாத சர்மாவுக்கு வந்தது.

கே.எஸ் ஹையர் செகண்டரி அந்தப் பிரதேசத்தில் சுவடு தெரியாமல் இயங்கிய சாதாரணப் பள்ளிக்கூடம். மூன்று மாடி முகப்புக் கட்டடம் மட்டும் பள்ளிக்கூட ஒப்பனை போட்டிருக்கும். அதைத் தாண்டி எட்டிப் பார்த்தால் குடிசை கொஞ்சம், தகர ஷெட்டு வகுப்புகள், அதன் பின் வாலிபால், கிரிக்கெட் ஆட புதர்கள் மண்டிய மைதானம் என்று ஷீணமாய் நீளும். தொலைவிலுள்ள பகட்டுப் பள்ளிகளில் இடம் கிடைக்காமல் மாநகராட்சிப் பள்ளியில் போடவும் மனசில்லாமல் அல்லாடும் குடும்பங்கள் போட்ட இரண்டுங்கெட்டான் மாணவர்களே அதிகம் இருந்ததால் அந்தத் தகுதிக்கு ஏற்றவாறு ஆசிரியர்களும் அமைந்து போனார்கள். பி.எட் எட்டின கொஞ்சம் பேர் தவிர மற்றவர்கள் மாணவர்களை மேய்த்தால் போதும் என்ற தகுதியில் நியமிக்கப்பட்டவர்கள்.

உணவு இடைவேளைக்கு ஆசிரியர்கள் ஒவ்வொருவராக அந்த அறைக்குள் நுழைந்தார்கள். கொஞ்சம் படபடப்பாக வந்த ஆசிரியர் சடகோபன் ‘சார், ஒரு சந்தேகம்...’ என்றார்.

‘நீங்க கேக்கறதைப் பாத்தா இந்த ஸ்கூல்ல நீங்க வாத்தியாரா பையனான்னு சந்தேகமா இருக்கு.’

‘தள்ளிப்போடறது - ‘போஸ்ட்போன்’ங்கற வார்த்தைக்கு எதிர்ப்பதம் ‘ப்ரிபோன்’தான? அது தப்பாம். அது மாதிரி வார்த்தை இங்கிலீஷிலயே இல்லையாம்.’

சற்றுத் தள்ளி அமர்ந்திருந்த ஆங்கில வாத்தியார் பெஞ்சமின் ‘ப்ரிபோன் இஸ் ராங். ‘அட்வான்ஸ்’தான் சரியான ஆப்போசிட் வர்ட்’ என்றார்.

‘ப்ரிபோன் கரெக்டுதான் மேன். போன வாரம் சர்மா சார் அனுப்பின சர்க்குலர்ல கூட அந்த வார்த்தையைப் பாத்தேன்’ என்றார் பி.டி மாஸ்டர் பொன்னுசாமி. பொன்னுசாமிக்கு ஆங்கில அறிவு அரிச்சுவடி நிலையிலேயே இருந்தாலும் ஆங்கிலத்தில்தான் பேசுவார். அப்படித் தப்பும் தவறுமாய் பேசிப் பேசிதான் கற்றுக்கொள்ள முடியும் என்று நம்புபவர். மேலும் அவர் வெறும் பி.டி மாஸ்டர் என்று சக ஆசிரியர்கள் அவரை அறிவுபூர்வமான உரையாடல்களிலிருந்து ஒதுக்கிவிடுவதால் எழுந்த தாழ்வு மனப்பான்மையை ஈடுகட்ட ஆங்கிலத்தில் பேசியே தீருவது என்று கொள்கை வைத்திருந்தார். தமிழிலிருந்து அவர் மொழிபெயர்த்துப் பேசும் ஆங்கிலம் பெரும்பாலும் அனர்த்தமாகவே முடியும். அவரின் ஆங்கிலப் பிதற்றல்களும் அவர் சொல்லும் வேடிக்கைகளும் அந்தப் பள்ளிக்கூடத்தில் வெகு பிரசித்தம்.

‘பொன்னுசாமி ப்ளீஸ்... இங்கிலீஷ் பத்தி நீங்க தயவுசெய்து பேசாதீங்க’ என்றார் பெஞ்சமின் எரிச்சலுடன்.

‘ஓ.கே மேன்... ஐ அம் நாட் கிங் இன் இங்கிலீஷ். உன்ன மாதிரி ஷெர்லாக் ஹோம்ஸ் தம்பியா நானு.’

‘ஷெர்லாக் ஹோம்ஸ் இல்லப்பா... ஷேக்ஸ்பியர்... அதே தப்பு.’

‘அவனும் இங்கிலீஷ்காரன்தானே...’ என்றார் விடாமல்.

‘பி.டி மாஸ்டரா இருந்தாலும் நீங்களும் ஒரு டீச்சர்தான். நேத்து வாலிபால் விளையாடணும்னு ஒரு பையன் வந்து பால் கேட்டானாம். பந்துல காத்து இல்லன்னு சொல்றதுக்கு ‘தேர் இஸ் நோ விண்ட் இன் த பால்’னு சொன்னீங்களா? பசங்க சிரிக்கறானுங்க. அன்னைக்கு யாரோ ஹெட்மாஸ்டர் எங்க இருக்கார்ன்னு கேட்டா இரண்டாவது மாடின்னு சொல்றதுக்கு ‘டூத் ஃப்ளோர்’னு சொல்லியிருக்கீங்க.’

‘அதனால்தான் நாம் எல்லோரும் நம் தாய்மொழியாகிய தமிழிலேயே உரையாடவேண்டும். அந்நிய மொழியில் பேசுவதால்தானே பிழைகள்

வருகின்றன. எந்த ஆங்கிலேயனாவது தமிழில் பேசுகிறானா?' ஓரத்தில் உட்கார்ந்திருந்த புலவர் பழனிசாமி சொல்லிவிட்டுப் பொடி மட்டையை எடுத்து இரண்டு சிட்டிகை உறிஞ்சிவிட்டுக் கையை உதறினார்.

'புலவர், நீங்க மட்டும் பொடி போட்டுக்கங்க. ஊருக்கே போடாதீங்க... ப்ளீஸ்' என்றார் தும்மிக்கொண்டே சாமிநாதன்.

சர்மா குறுக்கிட்டார். 'சடகோபன், உங்களுக்கு இதை யாரு சொன்னது?'

'ஐயப்பன். எட்டு சி... வாத்யாருக்கே தெர்லன்னு பசங்க கிண்டல் பண்றாங்க. அசிங்கமாப் போச்சு. இது முதல் தடவை இல்ல சார். இந்தப் பையன் கன்னாபின்னான்னு கேள்வி கேக்கறதும், அதிகப்பிரசங்கித்தனமாப் பேசறதும்... தாங்க முடியலை சார்' என்றார்.

'ஐயப்பனா?' என்று அந்த ஆசிரியர் கூட்டத்தில் ஆளாளுக்கு நிமிர்ந்தார்கள். மரகதம் டீச்சர் 'சார், நான் அந்தப் பையனைப் பத்தி உங்ககிட்ட சொல்லணும்னு இருந்தேன். புதுசா சேந்துருக்கான். ரொம்ப ஸ்மார்ட். சூப்பர் பிரில்லியண்ட் சார்' என்றார் உற்சாகமாய், சடகோபன் மாதிரி அடிபட்ட அனுபவத்தில்.

'ஆமா சார். அந்தப் பையன் நிச்சயமா ஒரு சைல்ட் ப்ராடிஜி' என்றார் சாமிநாதன்.

பொன்னுசாமி மெல்ல அருகிலிருந்த சாமிநாதனிடம் 'பரோட்டாஜி'ன்னா என்ன' என்றார்.

'இந்தியில, பரோட்டா செய்றவரை மரியாதையா கூப்படறது... நீ வேற... ஜீனியஸ்னு அர்த்தம்.'

பொன்னுசாமி ஜீனியஸ் என்றால் சாம்பியனா என்று கேட்க நினைத்து அடக்கிக்கொண்டார். சாப்பாட்டை மறந்து ஆசிரியர் குழு ஐயப்பனைப் பற்றிய விவாதத்தில் இறங்கியது. ஆசிரியர்கள் சிலர் உணர்ச்சிவசப்பட்டுப் பேசினார்கள். சாதாரணமாக எல்லாரையும் திட்டித் தீர்க்கும் மோகன்தாஸ் அந்தச் சிறுவனைப் பற்றி ரொம்ப சிலாகித்துப் பேசினார். மரகதம் டீச்சர் அவன் கெமிஸ்ட்ரியில் அத்தனை ஈக்வேஷன்ஸையும் கரைத்துக் குடித்திருப்பதையும், சாமிநாதன் அவனின் அபார நினைவாற்றலையும் வியந்தனர். ஒரு முறை படித்தால் அதை அப்படியே திரும்பச்சொல்லும் அவன் புகைப்பட மூளையைப் பிரமித்தார்கள்.

'யாரு... குள்ளமா சோடாப்புட்டி போட்டுகிட்டு 'ஞே'ன்னு இருப்பானே அவனா? வாலிபால், ஹாக்கி ஒண்ணுத்திலயும் தேறலியே அந்தப் பையன்' என்றார் பொன்னுசாமி.

'நாங்க அவன் அறிவைப் பத்திப் பேசிகிட்டு இருக்கோம் பொன்னுசாமி. வாலிபால் ஆடறதைப் பத்தி இல்ல.'

'வாலிபால் ஆடறவன்லாம் அறிவில்லாதவனா?' என்றவருக்கு யாரும் பதில் சொல்லவில்லை.

'க்வாண்டம் பிசிக்ஸ் பத்தியெல்லாம் கேள்வி கேக்கறான் சார். அந்தப் பையனைச் சமாளிக்க முடியல சார்.'

சர்மா ஐயப்பனை அவர்கள் அறைக்கு வரவழைத்தார். அவனிடம் பேச்சுக் கொடுத்தார். பொன்னுசாமி சொன்னது மாதிரி சாதாரணமாக தான் தோன்றினான். ரொம்ப வெட்கப்பட்டான். பேச்சில் குழந்தைத்தனம் நிறையவே இருந்தது. ஏழ்மையான நிலையிலிருந்த குடும்பம். அப்பா பத்து வருடத்திற்கு முன்பே காலமாகிவிட்டார். அம்மாவும் அவனும் அவன் மாமாவின் ஆதரவில் காலம் கடத்துகிறார்கள். வேலை நிமித்தமாய் ஊர் ஊராய்ச் சுற்றும் மாமாவோ, தையல் வேலை செய்யும் அம்மாவோ அவன் படிப்பு விவரம் அவ்வளவாக அறிந்திருக்கவில்லை.

படிப்பில் சில கேள்விகள் கேட்க அநாயாசமாகப் பதில் சொன்னான். நூலகத்துக்குப் போய் அவன் படிக்கும் விஷயங்கள் அவன் வயதை மீறிய சர்மாவுக்கே தெரியாத சங்கதிகளாயிருந்தன. அவனாகவே ரேடியோ செய்ததையும், சின்னதாய் ஓர் ஏரோப்ளேன் மாடல் செய்திருப்பதையும், ரூபிக் க்யூப் புதிரை 'காட்ஸ் அலோகிரதம்' வழியில் பதினேழு நொடிகளில் விடை கண்டுபிடித்ததையும் சொன்னான். சர்மா அசந்து போனார். ஆசிரியர்கள் கொஞ்சம் சங்கடத்துடனும் கொஞ்சம் வெட்கத்தோடும் அவனைச் சூழ்ந்துகொண்டு அவன் பேசுவதை உன்னிப்பாகக் கவனித்தார்கள். பொன்னுசாமி, தன் சக ஆசிரியர்கள் அவன் முன்னால் சங்கடமாய் நெளிவதில் உற்சாகமாகி அவன் அருகில் போய் உட்கார்ந்தார்.

'பிக் பேங் தியரி'யையும் 'சூப்பர் கண்டக்டிவிட்டி' பரிசோதனையை யும் பற்றி சரளமாய்ச் சொன்னான். ரிலேட்டிவிட்டி தியரி பற்றி அவன் வயதுக்கு உரிய குழந்தைத்தனத்தோடு விளக்கினான். வெக்டர் அனாலிசஸ், காம்ப்ளெக்ஸ் நம்பர்ஸ் பற்றி விவரித்தான்.

சக ஆசிரியர்களைப் பார்த்து, 'ஏம்ப்பா, உங்களுக்கு இதெல்லாம் தெரியுமா?' என்றார் பொன்னுசாமி.

'இதெல்லாம் சிலபஸ்லயே இல்லப்பா' என்றார் சடகோபன்.

'ஐயப்பா, இவங்களை கொஞ்சம் கேள்வி கேளேன்...'

'பொன்னுசாமி, கொஞ்சம் சும்மாயிருங்களேன்.'

அவன் பேசப் பேச, ஆசிரியர்கள் ஆசிட் டெஸ்ட்டில் நிறம் மாறிய லிட்மஸ் மாதிரி முகம் மாறிப் போனார்கள். சர்மா, ஐயப்பனை அனுப்பி வைத்தார். 'சரி நான் இதை கவனிச்சுக்கறேன்' என்று அந்த

விவாதத்துக்கு முற்றுப்புள்ளி வைத்துவிட்டு அவர் அறைக்கு யோசனையுடன் நடந்தார். அவ்வளவு புத்திசாலியான பையன் தன் பள்ளிக்கூடத்தில் ஏன் படிக்கிறான் என்று அவருக்கே சந்தேகம் வந்தது. அறைக்குச் சென்று அவன் காகிதங்களைப் பார்த்ததில் அதற்கு முன் சேலத்தில் அவர் பள்ளியை விட மோசமான ஒன்றில் படித்து, இங்கே மாற்றலாகி வந்திருப்பது தெரிந்தது. சராசரிக்கு மேற்பட்டு மதிப்பெண்கள் வாங்கியிருந்தாலும், அவனைப் பற்றி பிரத்யேகமாகக் குறிப்புகள் ஒன்றும் எழுதியிருக்கவில்லை. அவனின் அசாதாரண அறிவாற்றலால் கொஞ்ச நாளில் பிரபலமாகப் போவதை உணர்ந்து மனதுக்குள் அந்தத் திட்டம் உருவானது. பள்ளி மூலமாகவே அந்தச் செய்தி பரவவேண்டும், அதன் மூலம் அவர் பள்ளிக்கு விளம்பரம் கிடைக்கும். ஒரு ஜீனியஸை உருவாக்கிய பள்ளி என்று அவருக்கும் அவர் ஆசிரியர் குழுவுக்கும் பெயர் வரும்.

ஐயப்பனுக்கு அந்தப் பள்ளியில் விசேஷ மரியாதை வந்தது. ஆசிரியர்கள் பாடம் நடத்தும்போது அவனைப் பார்ப்பதையோ கேள்வி கேட்பதையோ தவிர்த்தார்கள். ஒரு கேள்வி கேட்டால் அவர்களுக்கே தெரியாத புதுக் கோணங்களில் இன்னும் ஏடாகூடமான எட்டுக் கேள்விகள் அவனிடமிருந்து வந்தது. ஐயப்பனுக்கு ஈடு கொடுக்க சர்மா ஆசிரியர்களை முடுக்கிவிட்டார். அவனுக்குத் தெரிந்த விஷயங்கள் தங்களுக்கும் தெரிய வேண்டும் என்று அவரவர் சப்ஜெக்டுகளில் நிறைய விஷயங்களைக் கஷ்டப்பட்டுப் படித்தார்கள். சாமிநாதன் தன் பிள்ளைகளுக்கு இணையாக அவரும் கண்விழித்துப் படிப்பதை அவர் மனைவி விநோதமாகப் பார்த்தாள். வீட்டுக்குப் போனால் டி.வி.யோடு ஐக்கியமாகும் சடகோபன் தடிதடியாய்ப் புத்தகங்களை எடுத்துவந்து 'கேயாஸ் தியரி, சூப்பர் ஸ்ட்ரிங் தியரி' எல்லாம் படித்து நோட்ஸ் எடுக்க ஆரம்பித்தார். மோகன் தாஸ், கல்லூரிப் பேராசிரியராய் இருக்கும் நண்பர் ஒருவரிடம் ஒரு வாரம் ரகசியமாய் ட்யூஷன் போய் பூலியன் அல்ஜீப்ரா, லீனியர் ப்ரொக்ராமிங், அல்ஜீப்ரிக் டோப்பாலஜி எல்லாவற்றையும் கற்றார். மரகதம் டீச்சர் ஸ்டெபான் ஹாக்கின்ஸின் 'ஹிஸ்டரி ஆஃப் டைம்' வாங்கிக் கொண்டுவந்து தினமும் ஒரு பக்கம் படிப்பதற்குள் தூங்கிப் போனார். காய்கறிக் கடையில் சந்தித்துக் கொண்ட வாத்தியார்களின் மனைவிகள் 'நம்ம ஸ்கூல்ல வாத்தியாருங்களுக்கெல்லாம் பரிட்சை வைக்கறாங்களா? ராப்பகலா எங்க வீட்டுக்காரர் ஒக்காந்து படிச்சிகிட்டு இருக்காரே...' என்று பரஸ்பரம் விசாரித்துக் கொண்டார்கள். தன் சக ஆசிரியர்களின் சாயம் வெளுத்த நிலையில் பொன்னுசாமி கித்தாப்பாக ஆசிரியர்கள் மத்தியில் இன்னும் ஆங்கிலத்திலேயே பேசினார். அவரைத் திருத்த தைரியம் இல்லாமல் ஆசிரியர்கள் அவர் ஆங்கில டார்ச்சரை சகித்துக்கொண்டார்கள்.

சர்மா தன் பங்குக்கு, துரிதமாகத் தன் திட்டத்தைச் செயல்படுத்தத் துவங்கினார். தன் பள்ளியில் படிக்கும் ஐயப்பனின் அதிசயமான ஐ.க்யூ

பற்றிச் சிலாகித்தும் அதற்குக் காரணமாய் இருந்த தன் ஆசிரியக் குழுவினரைப் பற்றியும் பத்திரிகைகளுக்கும் தொலைக்காட்சி நிலையங்களுக்கும் ஒரு கடிதம் எழுதினார். பள்ளியில் சில மாறுதல்கள் செய்யத் துரிதமாகப் பணிகள் நடந்தன. ஒவ்வொரு ஆசிரியருக்கும் ஒரு வேலை ஒதுக்கப்பட்டது.

கெமிஸ்ட்ரி பரிசோதனைக் கூடம் விரிவாக்கப்பட்டுப் புதுசாய் பிப்பெட், பீக்கர் எல்லாம் அடுக்கிவைக்கப்பட்டன. பிசிக்ஸ் லேப்பில் போட்டு வைத்திருந்த கண்டாமுண்டா சாமான்கள் ஒழிக்கப்பட்டு ஸ்பெக்ட்ரோமீட்டர், சோனோ மீட்டர், எலெக்ட்ரோ மீட்டர் என்று கருவிகள் குடிபுகுந்தன. ஒரு மைக்ரோஸ்கோப் வைத்து கெட்டப் ஏற்றினார்கள். அப்படியும் சர்மாவுக்கு திருப்தி ஏற்படாததால் சாமிநாதன் எங்கிருந்தோ ஓர் எலும்புக்கூட்டைத் தயார்செய்து கொண்டு வந்து ஒரு பக்கமாய் வைத்தவுடன் சர்மா சந்தோஷமாகத் தலையாட்டினார். பள்ளியின் முகப்பில் வரிசையாக குரோட்டன் செடிகள் நடப்பட்டு பசுமை சேர்ந்தது. சடகோபன் எங்கெங்கெல்லாமோ தேடி ஏராளமாகப் புத்தகங்கள் தருவித்து சர்மாவின் அறைக்குப் பக்கத்து அறையைச் சீர்படுத்தி அவசரமாய் ஒரு நூலகம் நிறுவினார். முகப்புக் கட்டடத்துக்கு வெள்ளை அடிக்கப்பட்டு, பின்னால் இருந்த தகர மற்றும் அஸ்பெஸ்டாஸ் கூரைகள் புதுப்பிக்கப்பட்டன. புதர்கள் மண்டியிருந்த விளையாட்டு மைதானத்துக்கு ஷவரம் செய்தார்கள். புதிதாகக் கிரிக்கெட் மேட், ஹாக்கி மட்டைகள், வாலிபால் நெட் என்று எல்லாமே திமிலோகப்பட்டது. சர்மா செலவைப் பற்றிக் கவலைப்படாமல் தன் பள்ளியைப் புதுப்பித்துக்கொண்டிருந்தார்.

ஆசிரியர்கள் பாடு அதோடு நிற்கவில்லை. பத்திரிகைக்காரர்களோ தொலைக்காட்சிக்காரர்களோ வந்தால் தன் அழுது வடியும் ஆசிரியர்களைப் பார்த்தால் மதிப்பு குறையும் என்று சர்மா ஆசிரியர்களுக்குச் சீருடை நிர்ணயித்தார். ஆசிரியர்களுக்கு அவஸ்தை ஆரம்பித்தது.

புலவர் கடுகடுப்பாய் வந்தார். 'ஐயா, ஆசிரியர்கள் எல்லோரும் சட்டையும், கால் சராயும் அணிந்து கழுத்துப்பட்டை அணிந்துதான் வரவேண்டும் என்று சுற்றறிக்கை அனுப்பியுள்ளீர்களே...' என்றார்.

'ஆமா புலவர், பத்திரிகை டிவி ஆளுங்க வருவாங்க இல்ல, அப்ப கொஞ்சம்... டீசன்டா... எல்லாரும் உடை உடுத்திகிட்டு இருந்தா பள்ளிக்கூடத்து இமேஜ், மதிப்பு வளரும். நான் மட்டும் டை கட்டிக்கிட்டா போறாது.'

'வேட்டி சட்டை உடுத்திவந்தால் மதிப்புக் குறைவோ..? என்ன தாழ்வு மனப்பான்மை! நம் பாரம்பரிய உடைகளை அணிவதுதான் என் வழக்கம்.'

‘என்ன பாரம்பரிய உடை? பாரம்பரிய உடைன்னா நீங்க ஜட்டி பனியன்லாம் போடாம இலை தழையோடதான் வரணும்.’

‘நீங்கள் சொல்வதற்காக இந்த ஒரு மாதம் மட்டும் ஆங்கிலேய உடையில் வருகிறேன். அதன் பிறகு என் பாரம்பரிய உடைக்குத் திரும்பிவிடுவேன்’ என்று புலம்பியபடி போனார்.

சாமிநாதன் ‘இதுக்கெல்லாம் செலவாகும் சார்’ என்று அழ, சர்மா அந்தச் செலவை ஏற்றுக்கொண்டார். அந்தச் சாக்கில் மரகதம் டீச்சர் சம்பள உயர்வு பற்றி சமயோசிதமாகக் கோரிக்கை வைக்க, சர்மா தலையை ஆட்டித் தொலைத்தார். வாத்தியார்களின் சீருடை தினம் துவங்கிய நாள் பள்ளிக்கூடமே சிரிப்பாய்ச் சிரித்தது. தூக்கு மாட்டிக்கொண்டு சாக இருப்பவர் மாதிரி டை கட்டிக் கொண்டு செருப்புக் காலோடு வந்த புலவரையும், முக்கால் பேன்ட்டைத் தொப்பை மேல் வைத்து பெல்ட்டால் இறுக்கித் தொப்பை பிதுங்க வந்து நின்ற சடகோபனையும் பார்த்து காலையில் ப்ரேயர் ஹாலிலேயே முன் வரிசை மாணவர்கள் தலையைக் குனிந்துகொண்டு சிரித்தபடியே பாடினார்கள்.

சர்மா எதிர்பார்த்த மாதிரி பத்திரிகைக்காரர்கள் முதலில் வந்தார்கள். பேட்டி கண்டார்கள். ‘ஐன்ஸ்டீன் ஐயப்பன்’ என்று ஒரு கட்டுரை, ஐயப்பன் அவனது ஆசிரியர் குழுவோடு எடுத்த புகைப்படத்தோடு, ஹிண்டுவில் வந்து எல்லோர் கவனத்தையும் கவர, மெல்ல மற்ற பத்திரிகைகள் படையெடுத்தார்கள். கே.எஸ் ஹையர் செகண்டரி பள்ளியின் புகைப்படமும் ஐயப்பன் புகைப்படமும் கிட்டத்தட்ட எல்லாப் பத்திரிகைகளிலும் பவனி வந்தன. எல்லாப் படத்திலும் சர்மா கட்டாயமாகத் தன்னை நுழைத்துக்கொண்டு சிரித்துக்கொண்டிருந்தார். முதலமைச்சருடன் ஐயப்பனுக்கு ஒரு சந்திப்பு ஏற்பாடு செய்தார். பிரதம மந்திரிக்குக் கடிதம் எழுதினார். உள்துறை செயலாளரிடமிருந்து பாராட்டிக் கடிதம் வந்தது. அந்தத் திடீர் விளம்பரத்தினால் சர்மா சந்தோஷத்தில் திளைத்தார். பள்ளிக்கூடத்தின் கெட்டப்பை மாற்றி, அதிகம் ஃபீஸ் நிர்ணயித்து, படாடோபமாகப் பள்ளிக்கூடம் நடத்தலாம் என்ற அவரின் நீண்ட நாள் கனவை நிறைவேற்றத் தயாரானார்.

அவர் மகிழ்ச்சியின் உச்சத்தில் திளைத்திருந்த நேரத்தில் அவர் எதிர்பார்க்காத எதிர்மறையான விளைவு ஒன்று ஏற்பட்டது. ஐயப்பனின் பராக்ரமத்தில் அதிசயித்துப் போன பத்திரிகைகள் அவனைப் பற்றிப் புகழ்ந்த கையோடு, அந்தப் பள்ளியில் இருக்கும் வசதிகள் மற்றும் ஆசிரியர்களின் தரம் குறித்துக் கேள்விகள் எழுப்பின. ஒரு டில்லி ஆங்கிலப் பத்திரிகையால் வந்தது வினை.

அந்தப் பத்திரிகையின் நிருபர் வந்த அன்று சர்மா எதிர்பார்க்காத அசம்பாவிதம் நடந்தது. நிருபர் வந்திருப்பதாய் ஆபீஸ் பையன் வந்து

சொல்ல, சர்மா அவனிடம் 'கீழ ஆபீஸ்ல ஒக்கார வச்சி கூல் ட்ரிங்க் குடு, வரேன்' என்றார்.

'அவரு போயிட்டாருங்க. அவர் வந்தப்ப அந்தப் பக்கம் பி.டி. மாஸ்டர் பொன்னுசாமி சார் வந்தாரா... அவரு பள்ளிக்கூடத்தைச் சுத்திக் காமிக்கக் கூட்டிகிட்டுப் போயிட்டாருங்க' என்றான்.

சர்மாவுக்கு மாரடைக்கற மாதிரி இருந்தது. பதைபதைப்புடன் இரண்டு மாடியையும், படியெல்லாம் தாண்டிக் குதித்து அவர்களைத் தேடி ஓடினார். கொஞ்ச தூரத்தில் இரண்டு பேரும் நின்று பேசிக் கொண்டிருந்தார்கள். நிருபர் மௌனமாகக் கேட்டுக்கொண்டிருக்க பொன்னுசாமி உற்சாகமாகக் கையை ஆட்டிப் பேசிக்கொண்டிருந்தார்.

வந்திருப்பவர் ஓர் ஆங்கிலப் பத்திரிகை நிருபர் என்கிற புளகாங்கிதத்தில் பொன்னுசாமி ஆங்கிலத்தில் அளவளாவிக் கொண்டிருக்க, சர்மா இருவருக்கும் இடையில் நுழைந்து நிருபரை இழுத்துக்கொண்டு வருவதற்குள் நிருபர் பாதி ஆங்கிலம் மறந்திருந்தார்.

'சர்மா சார், ஐ டெல் ஆல் டீடெயில் இன் ஹிஸ் ஹாண்ட்ஸ்.'

நிருபரை உட்காரவைத்துப் பேசி, பொன்னுசாமியை மறக்கவைத்து, பள்ளிக்கூடம் முழுவதும் சுற்றிப்பார்க்கக் கிளம்பியதும் முதலில் புலவர் டை கட்டிக்கொண்டு, காலில் ஸாக்ஸ் மட்டும் அணிந்து ஹவாய் செருப்போடு வெளியே வந்து காட்சிதந்தார். நிருபர் அவரை விநோதமாகப் பார்த்து, 'இவருக்கு ஏதாவது வியாதியா?' என்று கேட்டார்.

'காலணி கடிக்கிறது. கால் விடுதலை கோருகிறது' என்றார் புலவர் தனக்கும் நிருபருக்கும் பொடி போட்டுக்கொண்டே. சர்மா நிருபரை அவசரமாகத் தள்ளிக்கொண்டு ஓடினார்.

நிருபர், ரசாயனப் பரிசோதனைக் கூடத்தில் மோப்பம் பிடித்தார். கருவிகள் எல்லாம் புதுசாக இருப்பதைக் கவனித்தார். நூலகத்தில் கொஞ்சம் அதிகமாகக் கவனித்ததில் இரண்டு மில்ஸ் அண்ட் பூன் புத்தகங்களும் 'டைகர் பை த டெயில்' என்று ஒரு ஜேம்ஸ் ஹாட்லி சேஸ் புத்தகமும் கையில் அகப்பட்டன. 'டோண்ட் யூ ஹவ் ஹெராால்ட் ராபின்ஸ்' என்றார் நிருபர். சர்மா, சடகோபனைச் சுட்டெரிக்கிறார் போல பார்க்க 'தலைப்பைப் பார்த்து ஏதோ பஞ்சதந்திரக் கதைன்னு எடுத்துவந்துட்டேன்' என்று வழிந்தார் சடகோபன்.

'உங்க விளையாட்டு மைதானம் சின்னதாய் இருக்கிறதே... கேன் த பாய்ஸ் ப்ளே கிரிக்கெட் ஹியர்?'

'நோ ப்ராப்ளம்... யு சீ... பந்து அந்த காம்பவுண்ட் சுவரில் பட்டால் 2G... தாண்டி விழுந்தால் பவுண்டரி.'

அடுத்தவாரம் அந்தப் பத்திரிகையில் வந்த கட்டுரையில் ஐயப்பனை இந்தியாவின் ஐன்ஸ்டீன் என்று வர்ணித்த கையோடு பள்ளிக்கூடத்தைக் காரசாரமாக விளாசியிருந்தது. இதுபோன்ற ஒரு ஜீனியஸ் அந்தமாதிரி பாடாவதி பள்ளிக்கூடத்தில் இருப்பதன் முரண் பற்றி முத்தாய்ப்புடன் கட்டுரையை முடித்திருந்தார் நிருபர். அதிலிருந்து ஆரம்பித்தது வினை. அதற்கப்பறம் வந்த எல்லாப் பத்திரிகை செய்திகளிலும் ஐயப்பனை விட அந்தப் பள்ளிக்கூடத்தைப் பற்றி அதிகம் ஆராய்ச்சி நடந்தது.

மெல்ல, கே.எஸ் பள்ளியின் ஜீனியஸ் இமேஜ் ஜீரோவாக ஆரம்பித்தது. முதலில் ஐயப்பன் பள்ளியிலிருந்து கழண்டு கொண்டான். அவன் அம்மா வந்து 'சார், உங்க ஸ்கூல்ல படிச்சா என் பையனுக்கு நல்லதில்லைன்னு சொல்றாங்க' என்று பள்ளி மாற்றினார்கள். ஐயப்பனின் கல்விச் செலவை ஒரு நிறுவனம் ஸ்பான்ஸர் செய்ய, சென்னையிலே ஓர் உயர்தரப் பள்ளியில் சேர்ந்தான். அவன் போன கையோடு கல்வித்துறை அதிகாரிகளிடமிருந்து சில கேள்விகள் கேட்டுக் கடிதங்கள் வந்தன. தொடர்ந்து இன்ஸ்பெக்ஷன் என்ற பெயரில் சிடுசிடுத்த அதிகாரிகள் வந்து அத்தனையும் குடைந்தார்கள். கே.எஸ் ஹையர் செகண்டரி பத்திரிகைகளில் கிழிபட்டது. 'அந்த ஸ்கூல்ல எதுவுமே சரியில்லைங்கறாங்களே... உங்க பையனை ஏன் அங்க போட்டிருக்கீங்க?' என்று பெற்றோர்கள் ஒருவரை ஒருவர் விசாரித்துக்கொண்டார்கள். அந்தப் பள்ளியில் தங்கள் பிள்ளைகள் படிப்பது ஒரு கௌரவக் குறைச்சலாகப் பேசப்பட, மெல்ல மெல்ல சுமாராகப் படிக்கும் பிள்ளைகள் கூட பள்ளி மாறினார்கள். 'அது சட ஸ்கூலுய்யா... பேப்பர்ல போட்டுகிறான்' என்று ஆட்டோ ஓட்டுநர்கள் மத்தியிலும் பேச்சு புழங்க ஆரம்பித்தது. ஐயப்பன் இன்னும் வளர்ந்து அவனின் சாதனைகளைப் பற்றிப் படிக்கும்போதெல்லாம் சர்மா சங்கடத்தில் நெளிந்தார். 'ஐயப்பன் உங்க ஸ்கூல்ல படிச்சானாமே...' என்று யாராவது கேட்டால் அது பாராட்டா கேலியா என்று தெரியாமல் ஒதுங்கிவிடுவார். ஆசிரியர்கள் எல்லாரும் 'இது ஒண்ணுதான் குறைச்சல்' என்று டையைத் தூக்கி எறிந்துவிட்டு சகஜ நிலைக்குத் திரும்பினார்கள். ஒன்றிரண்டு ஆசிரியர்கள் அந்த ஸ்கூலில் வாத்தியாராய் இருந்தால் அவமானம் என்று வேறு பள்ளிகளுக்குத் தாவினார்கள். காலப்போக்கில் கே.எஸ் அந்தப் பகுதியில் நகைப்புக்குரிய பள்ளியாகப் பிரபலமானது.

அத்தனை களேபரத்திலும் ஒரு நல்ல விஷயம் நடந்தது. அத்தனை நாள் சொல்லிப் பழகி பி.டி மாஸ்டர் பொன்னுசாமி ஒரு வழியாய் 'சைல்ட் ப்ராடிஜி' என்று சரியாகச் சொல்ல ஆரம்பித்தார்.

அமுதசுரபி, செப்டம்பர் 2004
அப்புசாமி சீதாப்பாட்டி டிரஸ்ட் நகைச்சுவை
சிறுகதைப்போட்டியில் முதல் பரிசு பெற்ற கதை.

அம்மாவின் நகை

அம்மாவின் நகை காணாமல் போய்விட்டது. ஆறு பவுனில் நெளி நெளியாய் முறுக்கி நடுவில் சின்னச் சின்னதாய் மாங்காய் இணைப்புப் போட்ட ரெட்டை வடச் சங்கிலி. ஞாயிற்றுக் கிழமை பெரியம்மா குடும்பம் வந்திருந்து சிரிப்பும் கோலாகலமுமாய் இருந்த வீட்டின் அமளி அடங்கிய அடுத்த நாள் அலமாரியைத் திறந்து பார்க்கையில் இருக்கவில்லை. நானும் மாதுவும் வீடு முழுக்கத் தேடியாயிற்று. அகப்படவில்லை.

அம்மாவிடம் நகை என்கிற தகுதியில் இருந்தது அது ஒன்றுதான். கழுத்தில் ஒரு சன்னமான ஒரு சவரன் செயின், கையில் பழுப்பேறிய நாலு சோகை வளையல்கள், எண்ணெய் இறங்கிய சிவப்புக் கல் தோடு, ஒற்றைக் கல் மூக்குத்தி - இவை தவிர அவள் பத்திரமாய்ப் பாதுகாத்து வந்த ஒரே பொக்கிஷம் அந்த இரட்டை வடச் சங்கிலி. நாள் கிழமை, கல்யாணம் என்றால் அவளின் அந்தஸ்து அதிகரிக்க அவள் வைத்திருந்த ஒரே ஆஸ்தி. வீட்டின் ஒரே படுக்கையறைக்குள் இருந்த மர அலமாரியின் வயிற்றில், பூட்டியிருந்தாலும் கொஞ்சம் பலமாக இழுத்தால் வாய் பிளக்கும் சின்ன அறையில் இருந்தது. பூஜை சாமான்கள், வெள்ளி பேலா, பஞ்ச பாத்திரம், உத்தரிணி என்று எங்கள் தரித்திரச் சாம்ராஜ்யத்தின் செல்வங்களிடையே கொக்கி கழன்று போன அழுக்குச் சிவப்பு நகை டப்பாவில் அந்தச் சங்கிலி இருக்கும். எல்லா விசேஷங்களுக்கும் தன் மாம்பழநிறப் பட்டுப் புடவையையும் அந்த ரெட்டை வடச் சங்கிலியையும் அந்த மர அலமாரி பாதுகாப்பிலிருந்து வெளியேற்றிச் சீருடை மாதிரி அம்மா அணிந்து கொள்வாள்.

அந்த மாம்பழப் புடவை இரட்டை வடச் சங்கிலி கோலத்தில் அம்மாவைப் பார்த்தாலே பெரியம்மா பரிகாசம் செய்வாள். ‘ஏண்டி, இன்னொரு புடவையும் நல்ல சங்கிலியுமா வாங்கிண்டா உன் புருஷனுக்கு உன்னை அடையாளம் தெரியாம போயிடுமாடி? அந்த அழுக்குச் சங்கிலியையே பாலிஷ் பண்ணி போட்டுண்டா அது வேண்டாங்கறதா...’

'பாலிஷ் போட்டா சேதாரமாயிடும். இது காயத்ரிக்கு. அவ கல்யாணத்தும்போது பாலிஷ் பண்ணிக்கலாம்' என்பாள்.

நகை அலங்காரம் இல்லாமலேயே அம்மா அழகுதான். தங்க புஷ்ப மஞ்சள் நிறத்தில் குண்டு கன்னங்களும் அடர்த்தியான புருவத்தின் கீழ் கோலிகுண்டு கண்ணும், துளிப் பிசிறில்லாத கூரான நாசியுமாய் வளர்ந்த பெரிய ஃபாரக்ஸ் பேபி மாதிரி கொள்ளை அழகு அம்மா. அப்பாவோடு ஜோடியாய் நிற்கும்போது அவரின் கறுப்பு நிறத்துக்கு அவள் கரி அடுப்பில் எரிகிற தணல் மாதிரிதான் தெரிவாள். 'ஏம்மா இந்தக் கறுப்பு பிராமணனைப் போய்க் கல்யாணம் பண்ணிண்ட? என்னோட கலர் நாசமாயிடுத்து பாரு...' - மாதுவின் பொய்க் கோபத்தில் வெட்கம் கலந்த பெருமிதத்தில் முகத்தில் ஜ்வலிப்பு கூடும்.

அவளுக்கு நகை ஆசையே கிடையாது. விட்டுப் போய்விட்டது என்றுதான் சொல்லணும். அப்பா நன்றாக இருந்த காலத்தில் அவள் வைத்திருந்த நெளி வளையல், பவழ மோதிரம், மல்லிகை மொட்டு மாலை, வைரத் தோடு, மாங்கா மாலை என்று ஐம்பது பவுன் நகைகள் ஒவ்வொன்றும் மெல்ல மெல்ல அவளை விட்டுப் போய்விட்டன. அப்பா வேலை இழந்து தவிக்கையிலும், மாமியார் படுத்த படுக்கை யான பின் அவள் வைத்தியத்துக்கும், அப்பாவின் ஒரு வில்லங்க கோர்ட் கேஸுக்கும் என்று எங்கள் குடும்பத்தைத் தாக்கிய தரித்தர அம்புகளில் அவள் நகை ஒவ்வொன்றாய்ப் பறிபோனது. அவளேதான் மனமுவந்து கொடுத்திருக்கிறாள். ஆர்ப்பாட்டம் இல்லாமல், கண்கசக்கல் இல்லாமல், மனசு முழுக்க சம்மதமாய் அவளேதான் தந்திருக்கிறாள். இந்த இரட்டை வடச் சங்கிலி தவிர்த்து. அஃது அவள் ப்ரத்யேக சந்தோஷம். அவள் தாம்பத்யத்தின் அந்தரங்க மகிழ்ச்சிகள் முடக்கி இருந்த ஞாபகச் சின்னம். அதை மட்டும் அவள் விட்டுத் தராமல் பூட்டி வைத்திருந்தாள்.

அந்தச் சங்கிலி வாங்கினதில் ஒரு சின்னக் கதை இருக்கிறது. அந்த நகையின் மீது அதீதப் பற்றுதலுக்கு அது முக்கியமான ஒரு காரணமாய் இருக்கலாம். அப்பா அவளுக்கு முப்பது வருடத்துக்கு முன்னே வாங்கித் தந்தது. ஸ்ரீவில்லிபுத்தூர் நாடக சாலைத் தெருவில் அவர்களின் காதல் பொங்கிய திருமணவாழ்க்கை ஆரம்பித்தபோது அப்பா பரிசளித்த முதல் நகை. தாத்தா இறந்து அவரது சொத்துக்கள் எல்லாம் அம்மாவின் மாமியார் வசம் வந்ததும், அம்மாவுக்குக் கிடைத்தது சில உதவாக்கரை சாமான்கள். மற்றதெல்லாம் அவள் உறவினர்களுக்குப் பிரித்துக் கொடுத்துவிட்டார். அப்பா அதில் வெகுண்டு போய்ச் சண்டை பிடித்து, அவர்கள் அம்மாவை மனசு நோகப் பேசி, அம்மா அதில் ஒன்றைக்கூட தொடாமல் அவர்களுக்கே கொடுத்து மனப்பூர்வமாய் ஒதுங்கிப் போன சம்பவத்தைச் சொல்லியிருக்கிறாள். அம்மா மனசு நொந்ததைச் சகிக்காமல் ரோஷ ரோஷமாய்த் தன்

அப்போதைய சொற்பச் சம்பாத்தியத்தின் சேமிப்பை வழித்தெடுத்துக் கைமாத்து வாங்கி, சவரனுக்கு நூற்று ஐம்பது ரூபாய் என்ற அன்றைய எட்டாத விலை கொடுத்து அம்மாவுக்கு வாங்கிக்கொடுத்த முதல் நகை. வீட்டில் தெரிந்தால் அனாவசிய மனஸ்தாபம் என்று நடந்து போகும் தூரத்தில் இருந்த பெரிய கடைக்குக் குதிரை வண்டியில், அம்மா சொல்லச் சொல்ல கேட்காமல் அவளை இழுத்துக்கொண்டு போய் சங்கர நாராயண செட்டியார் கடையில் வாங்கித் தந்தது. அந்த நினைவுகள் மனதில் மோத சிரிப்பும் பெருமையுமாய் முகஞ்சிவக்க என்னிடம் சொல்லியிருக்கிறாள். முப்பது வருடம் ஆகி, அந்த நகை நிறம் குன்றிப் போய், நாகரிகத்துக்குப் பிறபட்ட அசட்டுக் களை வந்த பின்னும் அவள் பிடிவாதமாய் வைத்திருந்தது அந்த ஞாபகத் தித்திப்பை மனதில் வைத்திருக்க என்றுதான் தோன்றியது. அந்த அந்தரங்க சந்தோஷம் இன்று தொலைந்து போய்விட்டது.

அம்மா நிலைகுலைந்து போனாள். அவளின் அத்தனை சந்தோஷங் களையும் ஒரே கோடாலி வீச்சில் வெட்டிச் சாய்த்ததுபோல அழுகை வற்றிப்போய் அதிர்ச்சியில் மௌனமாக உறைந்து போனாள். அன்று முழுக்கச் சாப்பிடாமல் வீட்டில் யாரிடமும் பேசாமல் நான் சொன்ன சமாதானங்கள் காதில் ஏறாமல் என்னமோ யோசனையில் நிலைகுத்திப் போய்ப் பேச்சற்றுக் கிடந்தாள்.

விஷயம் சொன்னதும் அப்பா ரொம்பவே வெகுண்டார். மூர்க்கத்தோடு கூடத்தில் தரையில் இருந்த காபி டம்ளரை எட்டி உதைத்தார். கோபம் தலைக்கேறி வாயில் வார்த்தைகள் கெட்டுப் புரண்டன. சிரிப்பும் சிறப்புமாக இருந்த அப்பா... உத்யோகம் பறிபோய், செல்வம் சிறுத்துப் போய், தன் இருபத்தி மூன்று வயசுப் பிள்ளையின் சம்பாத்யத்தில் குடும்பத்தில் ஒருவராய் ஒடுங்கிப்போய்விட்ட அப்பாவுக்கு ரௌத்திரம் பழகுவது இயல்பாகிவிட்டது.

'நேத்தி நாள் முழுக்க உன் பெரிம்மா ஆத்து கும்பல்தானடி இருந்தது? வேற யாரு எடுத்திருக்கப் போறா? அந்த அன்னாடங்காச்சி தங்கையாத்துல கை வச்சுட்டாளா...'

'அப்பிடியெல்லாம் பேசாதப்பா. மோன மாசம் ஜானகி கல்யாணத்துக்குப் போட்டுண்டு போனது. அதுக்கப்பறம் அதை வெளியே எடுக்கவே இல்லை. நேத்து வந்தவாதான் எடுத்தான்னு எப்பிடிப்பா சொல்றது.'

'இந்த ஒரு மாசமா வேற யாரும் ஆத்துக்கு வரலையே. நேத்து யாரெல்லாம் ஆத்துக்கு வந்தாளோ அவ எல்லாரையும் நான் கேக்கதான் போறேன்.'

'வேண்டாம்ப்பா... பெரியம்மா இனி இந்த ஆத்துப் பக்கம் வரமாட்டாப்பா.'

‘வராட்டா போறா... சந்தேகம் இருந்தா கேட்டுதான ஆகணும்? கேக்க சங்கோஜப்பட்டுண்டு நகையை விட்டுட முடியுமா? கன்னியம்மா எங்க?’

‘இன்னும் ரெண்டு நாளைக்கு வேலைக்கு வரமாட்டாப்பா. நேத்து சொல்லிட்டுப் போயிருக்கா...’

‘வல்லயா? அவதான். நான் அவளை விசாரிக்கவேண்டிய விதத்துல விசாரிக்கறேன்.’

‘யாரையும் ஒரு வார்த்தை கேக்கப்படாது’ என்றாள் அம்மா தீர்க்கமாக. அம்மாவின் குரலில் தெரிந்த தீவிரத்தில் அப்பா மௌனமானார். கொஞ்ச நேரம் எல்லாரையும் திட்டித் தீர்த்தபிறகு சொக்காயை மாட்டிக்கொண்டு விடுவிடுவென்று வெளியே கிளம்பினார். அம்மா தடுத்ததை மீறி அவர் நினைத்ததைச் செய்துவிட்டார். பக்கத்துப் போலீஸ் ஸ்டேஷனில் பேசி கம்ப்ளெயின்ட் என்றெல்லாம் இறங்காமல், ஒரு கான்ஸ்டபிளைப் பேசி அழைத்து வந்து கன்னியம்மா வீட்டைத் தேடிக் கண்டுபிடித்து அவளை மிரட்ட வைத்துச் சாக்கடையில் கல் எறிந்துவிட்டார். கன்னியம்மா எங்கள் வீட்டுக்கு வந்து தெருவே அதிருகிறமாதிரி எங்களைத் தூற்றி வாசலில் நின்று மண்ணை வாரி இறைத்து நாராசமாய்ச் சபித்துவிட்டுப் போக, அம்மா அவமானத்தில் இன்னும் ஒடுங்கிப் போனாள்.

மாது அதிகம் அலட்டிக்கொள்ளவில்லை. அந்த இருபத்து மூன்று வயதில் குடும்பத்தைக் காப்பாற்ற வேண்டிய கடமையில் இந்த நகை தொலைந்த விஷயம் அவனைப் பாதிக்கவில்லை. பி.காம் முடித்த அவசரத்திலேயே பல்லாவரத்தில் ஒரு தொழிற்சாலைக்கு, வாரத்தில் ஆறு நாளும் காலை ஏழு மணிக்கு அவசரக் காப்பி முழுங்கிவிட்டு ஓடிப் போய், ஓவர் டைம், மின்சார ரயில் கும்பல் என்று மிதிபட்டு, ராத்திரி திரும்பி, கிடைக்கற மிச்ச நேரத்திலும் ஐ.சி.டபுள்யூ, ஏ.சி.எஸ் என்று பொறுப்பு மூட்டைகள் சுமக்கும் அவனுக்கு இந்த நகை தொலைந்து போனது வெறும் அதிர்ச்சிச் செய்தியாக, பண இழப்பாக மட்டும்தான் தெரிந்தது.

மாது அம்மா கையைப் பிடித்துக்கொண்டு என்னென்னமோ சமாதானம் சொன்னான். ‘அழுக்கா பித்தளையாட்டம் இருந்தது அந்தச் சங்கிலி. போறது போ. நீயே தங்கச் சிலை மாதிரிதான் இருக்கே, உனக்கு என்னத்துக்கு நகை?’ என்றான். அவன் அசட்டுப் பேச்சுக்கெல்லாம் அம்மா இணங்கவில்லை. கண்களில் கண்ணீராய் அவன் சொல்லுவதைக் காதிலே போட்டுக்கொள்ளவில்லை. ‘வேற வாங்கிக் கலாம்மா... அத விட நல்ல டிஸைனா...’ என்றான். மௌனமாய் மறுப்புச் சொல்கிறமாதிரி தலையை அசைத்தாள். ‘எனக்கு தெரியும். காயத்ரி கல்யாணத்துக்குன்னு வச்சிருந்தே... அந்த சென்டிமென்ட்தான?

நான் பண்றேன் அவ கல்யாணம். உன்னோட சங்கிலி இல்லன்னா கல்யாணம் நின்னுடுமா?' என்றான். அம்மா சமாதானம் ஆனதாகத் தெரியவில்லை.

மாது விடவில்லை. அப்போதைக்கு எழுந்து போனவன், அம்மாவின் அழுகையில் உசுப்பேறிப் போய் அலுவலக சொசைட்டியில் பணம் புரட்டினான். ஒரு வாரம் கழித்துத் தொலைந்து போன சங்கிலி டிஸைனில் இன்னொன்று வாங்க, என்னை ரகசியமாய் தங்கமாளிகை அழைத்துப் போனான்.

அந்தப் புராதன முறுக்கலும் மாங்காய்க் கொக்கி வடிவமும் அந்தக் கடை முழுக்கத் தேடிக் கிடைக்காமல், ஒரு வழியாய்க் கிட்டத்தட்ட அதே மாதிரி வடிவத்தில் மாதுவின் பட்ஜெட்டை மூவாயிரம் ரூபாய் விஞ்சி ஒன்று வாங்கினோம். நகைப் பெட்டியின் மிருதுவான சிவப்பு வெல்வெட் துணியில் கிடத்தி, ஒய்யாரமாய் ஒரு பெண் படுத்திருக்கிறார்போல அது ஜொலித்த விதத்தில் மாதுவுக்குப் பெருமையாய் இருந்தது. அம்மா முகம் மலர்ந்து சிரிக்கப்போகிறாள் என்று தோன்றியது.

அடுத்த நாள் காலை மாது தூங்கிக்கொண்டிருந்த அம்மாவை எழுப்பி அவள் கையில் அந்தப் பொட்டலத்தைப் பெருமிதமாய் வைத்தான் அவள் முகம்போகும் தினுசைப் பார்த்தபடி.

'பிரிச்சிப் பாரு. கூரியர்ல வந்தது. ஒரு வாரமா நீ அழறது சகிக்காம, பெருமாளே எழுந்து தாயார் கழுத்துலந்து கழட்டி வைகுண்டத்துலந்து அனுப்பியிருக்கார். உன் அழுமூஞ்சி நகையை விட இது பளபளன்னு எப்பிடி இருக்கு பார்.'

'சரி உள்ள வச்சுடு' என்றாள் அதை எதிர்பார்த்தவள் போல.

'சரி. இதைச் சும்மா ஒரு வாரம் கழுத்துல மாட்டிக்கயேன்...'

'வாண்டாம்' என்று சலனமே இல்லாமல் அவனிடத்தில் கொடுத்து விட்டு மறுபடி படுத்துக் கொண்டாள். மாது அவன் பெருமிதம் அத்தனையும் பட்டுப் போய், அவளிடம் கோபிக்க முடியாமல், அவளைச் சந்தோஷிக்க வழி தெரியாமல், அவள் பிடிவாதத்தில் அடிபட்டுப்போய் விருட்டென்று வெளியே போய்விட்டான்.

அம்மா அதிலிருந்து மீளவே இல்லை. படுத்தால் உடனே தூங்குபவள் இரவு நெடுநேரம் படுக்கையில் புரண்டபடி தூக்கம் இழந்தாள். பேச்சு அடங்கிப் போனாள். அநேக நாள் மாத்திரை சாப்பிட மறந்தாள். தன்னை அலங்கரிப்பதில்கூட அலட்சியம் காட்டினாள். வெளியே போகாமல் யாரோடும் கலக்காமல் வீட்டில் முடங்கி, சினிமா இல்லை, டி.வி இல்லை என்று ஒதுங்கியிருந்தாள்.

நானும் மாதுவும் அவளைத் தேற்றும் முயற்சியில் தோற்றுப்போய் அவள் வழியிலேயே விட்டு விட்டோம். மாதுவின் பித்துக்குளிப் பேச்சுக்கெல்லாம் குலுங்கக் குலுங்கச் சிரிக்கும் அம்மா, நாள் கிழமை என்றால் ஊரைக் கூட்டி, உடலை வருத்தி, பட்சணம் செய்து, வம்பு பேசி வளைய வரும் அம்மா, வாராவாரம் தெருப் பிள்ளைகளை யெல்லாம் இழுத்து வந்து பாசுரங்கள் சொல்லித் தருகிற அம்மா, அந்த இழப்பை ஜீரணிக்க முடியாத முட்டாளாய் இருப்பது ஆச்சரியமாயும் சலிப்பாகவும் இருந்தது. கொஞ்சம் கொஞ்சமாய் அவள் இயல்பே மாறிப் போய் அதுவே எங்களுக்குப் பழகிப் போய்விட்டது.

அந்த நகை காணாமல் போனதில் அவள் ஏன் அவ்வளவு மனசொடிந்து போனாள் என்று இதெல்லாம் நடந்து முடிந்த இரண்டாம் வருடம் எனக்குப் புரிந்தது. அவள் இழப்பைப் புரிந்துகொள்ளாமல் அவளின் சங்கடத்தை நான் உணராமல் நகர்ந்த இரண்டு வருஷத்தின் இறுதியில், அப்பாவும் மாதுவும் எனக்கு வந்த வரனை விசாரிக்க புரசைவாக்கம் போயிருந்த ஒரு ஞாயிற்றுக் கிழமை மாலை அவளின் நொந்து போன மனசின் வலியை நான் உணர்ந்தேன். அவள் நகை தொலைந்ததற்கோ, பண இழப்புக்கோ வருந்தவில்லை என்பது உற்சாகம் குன்றிய உடம்பில் ரத்தம் அடித்துச் சளைத்திருந்த அவள் இருதயம் சலித்துப் போய் நின்று, மூச்சு முட்டி அவள் இறந்து போன அன்று தெரிந்தது.

வழக்கமான ஞாயிற்றுக்கிழமை மதிய நேரத் தூக்கத்தின் நடுவில் என்னைக் கூப்பிடும் சப்தம் க்ஷீணமாகக் கேட்க, காலில் யாரோ உதைப்பதுபோல உணர்ந்து திடுக்கிட்டுப் பார்த்தால்... பக்கத்தில் படுத்திருந்த அம்மா வலியில் துடித்துக்கொண்டிருக்கிறாள். சேலை விலகி, காலை உதறியபடி... கையால் மார்பைப் பிடித்தபடி, உடம்பு பூரா வியர்த்துப் போனதில் ரவிக்கை நனைந்து, கண்கள் உதவி தேடும் பரிதவிப்பில் பாதிப் பேச்சும் பாதிக் குழறலுமாய்... அம்மா... நான் அதிர்ந்து போய் அவளைத் தூக்கி உட்கார வைக்கிறேன்.

'என்னமா ஆறது? மார் வலிக்கறதா...' என்று கதறுகிறேன். அவள் மூச்சு முட்ட ஆமாம் என்கிறாள். அவளைச் சுவரோரம் சார்த்தி உட்கார வைத்துவிட்டுத் தலைதெறிக்க ஓடுகிறேன். என் புடவை கலைந்திருப்பது தெரியாமல், காலில் கல் குத்துவது உணராமல் நான்கு வீடு தள்ளி கார் வைத்திருந்த விஸ்வநாதன் மாமா விட்டை நோக்கி ஓடுகிறேன். காலிங் பெல் இருப்பதை மறந்து அவர் வீட்டுக் கதவை அடித்து நொறுக்குகிறேன். கதவு திறந்தவுடன், 'மாமா, அம்மா மார் வலின்னு துடிக்கறா... ஆஸ்பத்திரி போணும்' என்கிறேன் மூச்சு இறைக்க. அவர் பதில் சொல்வதைக்கூட கேட்காமல், அம்மாவைத் தனியே விட்டு வந்த நினைப்பில் படபடக்கத் திரும்பி ஓடி வருகிறேன். அம்மா சுவரில் சாய்ந்தபடி மூச்சு இழுக்க உட்கார்ந்திருந்தவள் என்னைப் பார்த்ததும், அம்மாவை அண்டுகிற குழந்தையின் பரிதவிப்பில் கை

நீட்டி என்னை அணைத்துக் கொள்கிறாள். அவளின் அலங்கோலமும் சாகப் போகிறாள் என்ற பயமும் வயிற்றை அடைத்துக்கொள்ளப் பீறிடும் அழுகையை அடக்கி அவளைத் தேற்றுகிறேன்.

'பயப்படாதம்மா... கார் வரது. ஆஸ்பத்திரிக்குப் போயிடலாம். பயப்படாம இரு. ஒண்ணும் ஆகாது. தண்ணி எடுத்துண்டு வரேன்' என்று எழுந்த என்னைக் கையால் பிடித்து இழுக்கிறாள். போகாதே என்று ஒரு கையை ஆட்டுகிறாள், கண்கள் முழுக்க மரண பயமும் பரிதவிப்பும் அப்பிக் கிடக்க...

மனதில் கிளம்பிய வார்த்தைகளை இருதயம் இறுக்கிய வலியோடு இழுத்து இழுத்து என்னமோ சொல்லுகிறாள். வார்த்தைகள் தடுமாறுகின்றன. பாதிதான் விளங்குகிறது.

'என்னம்மா சொல்ற... புரியலம்மா' என்று கதறுகிறேன், அவள் பேசப் போராடுவதைச் சகிக்கமுடியாமல். பேசுவதை நிறுத்திவிட்டு தன் கழுத்துச் சங்கிலியைக் கழற்றுகிறாள். வளையல்களைக் கையில் இருந்து கழற்ற முயற்சிக்கிறாள். முகத்தில் ஆவேசத்தோடு கணுக்கையில் சிக்கிக்கொண்ட வளையல்களைப் பிடித்து இழுக்கிறாள்.

நான் அவள் செய்கையின் அர்த்தம் உணராமல் அவளைத் திருப்திப் படுத்த அவசரம் அவசரமாகக் கழற்றுகிறேன். கண்களில் கண்ணீர் பெருக்கெடுக்கிறது. என்னைப் பார்க்கிறாள். கழற்றிய நகைகளை எடுத்து என் கையில் வைத்து, 'உன..க்கு... உன் கல்யாண..த்துக்கு...' என்று திணறித் திணறி சொல்கிறாள். கைகளால் என் தலையை வாஞ்சையுடன் வருடுகிறாள். சாகப் போவது தெரிந்த விதத்தில் என்னைக் கண்கொட்டாமல் பார்க்கிறாள். என்னை விட்டுப்போக மனசில்லாதவள் மாதிரி என் கைகளை இறுக்கி அணைக்கிறாள்.

'உனக்கு ஒண்ணும் ஆகாதும்மா...' என்று நான் அழுகையோடு போராடுகிறேன். வெளியே கார் சத்தம் கேட்கிறது. அவள் முகம் கோணுகிறது. அவளின் பலம் அத்தனையையும் திரட்டி என்னைத் தன் கையால் இழுக்கிறாள். இன்னும் சொல்லி முடிக்கவில்லை என்கிற தவிப்பில் என் முகத்தை அவள் வாயருகில் கொண்டுசெல்கிறாள். அவள் உஷ்ணக் காற்று என் முகத்தில் பட்டுச் சுடுகிறது. நெற்றி வியர்வை என் கன்னத்தை நனைக்கிறது. வளையல்களை என் கையில் வைத்து மூடி பலங்கொண்ட மட்டும் கையை அழுத்துகிறாள். உடம் பெல்லாம் பதற என்னை இழுத்து,

'அப்பா கண்ல படாம... பத்ரமா... வச்..சிக்கோ...' என்றாள் கடைசியாக.

அமுதசுரபி, மே 2004

பாதை

அந்தப் புறா கூட்டிலிருந்து விடுபட்டுப் பறக்கிறது. கூண்டு பூட்டியிருக்கிறது. கூண்டின் ஒரு பக்கம் கம்பிகள் உடைந்து வெளிப்பக்கமாய் வளைந்து நீண்டிருக்கின்றன. அந்தப் புறா கம்பிகளை முட்டித் தள்ளி வெளியே வந்திருக்க வேண்டும். அதன் கழுத்துக்குக் கீழே சின்ன ரத்தக்கோடு தெரிகிறது, கூண்டை விட்டு வெளியே வந்த விடுதலைப் போராட்டத்தின் தழும்புபோல. அறையில் இருக்கும் சன்னல் வழியே தூரத்தில் மலைச்சாரல் தெரிகிறது. அதன் தலையில் வகிடாய்ச் சின்ன நீர்வீழ்ச்சி. காலடியில் பசுமைக் காடு. அந்த அற்புதக் காட்சியால் ஈர்க்கப்பட்டு அந்தத் திசையை நோக்கி அந்தப் புறா...

'என்னப்பா செய்யற...?' பின்னால் வந்து நின்ற அப்பாவின் நிழல் புறாவின் மேல் விழுந்தது. 'படம் வரையறயா?' அவர் குரலில் லேசாகக் கோபம் எட்டிப்பார்த்தது.

செல்வம் மௌனமாய் ஓவியத்திலிருந்து கையை எடுத்தான். ஓவியத்தை மேஜையின் ஓரத்தில் வைத்துவிட்டு அவர் கோபம் அவன் முதுகைச் சுடும் உணர்வில் மெல்ல அவரை நிமிர்ந்து பார்த்தான்.

'கம்ப்யூட்டர் கோர்ஸுக்கு விசாரிச்சயா?'

'இன்ஜினியரிங் டிகிரி இருந்தா நல்லதுங்கறாங்க.'

'அப்ப கம்ப்யூட்டர் கோர்ஸும் சேரப்போறதில்லையா?' அவர், அறையில் இருந்த ஒரு நாற்காலியைத் தரையில் தேய்த்துச் சப்தம் எழுப்பியவாறு இழுத்து அவன் பக்கத்தில் அமர்ந்து கொண்டார்.

'என்ன பண்றதா உத்தேசம் செல்வா? பிஏ முடிச்சி ஆறு மாசம் ஆச்சு. சிஏ ஆர்டிகிள்ஷிப் பண்ண ஆடிட்டர் ரங்கராஜன் கிட்ட போன்னா போகமாட்டங்கற... காஸ்டிங் வேணாம்னுட்ட...'

‘இதெல்லாம் பாஸ் பண்ணமுடியும்னு எனக்கு நம்பிக்கை இல்லைப்பா. இரண்டாவது வருஷ மேனேஜ்மெண்ட் அக்கௌண்டிங் பேப்பர்லயே ஐம்பத்திரண்டு பர்சன்ட்தான் வந்தது…’

‘கணக்கு வர்லன்னு ப்ளஸ் டூல ஃபர்ஸ்ட் குரூப் எடுத்துக்கலை. எடுத்திருந்தா இன்னேரம் இன்ஜினியரிங்காவது பண்ணியிருக்கலாம். வேணாம்னு காமர்ஸ் எடுத்துகிட்ட. இப்ப இதுலயும் அக்கௌண்ட்ஸ் வர்லன்னு சிஏ படிக்காம இருந்தா என்னதான் பண்ணப்போற? கம்ப்யூட்டர் ப்ரொக்ராமிங் சேருய்யான்னா அதுக்கும் என்ன தயக்கம்? கம்ப்யூட்டர் ப்ரொக்ராமிங் கத்துகிட்டா ஏதாவது ஒரு வேலை கிடைக்குமில்லை. சீதாராமன் பாரு, சி.ஏ படிச்சிகிட்டே காத்தால காஸ்டிங் கிளாஸ் போறான். பாலு ஐஐடி என்ட்ரன்ஸ் பாஸ் பண்ணிட்டான். நீ பிஏ கார்பரேட்டையே தட்டுத் தடுமாறி பாஸ் பண்ணியிருக்க. வெறும் பிஏ வச்சிகிட்டு என்ன செய்யறது? பேங்க் க்ளெரிக்கல் கேடர் பரிட்சை எழுதினா அதுலயும் தேறல. வீட்ல ஒக்காந்து காக்கா பறக்கற படத்தை போட்டுகிட்டு இருந்தா என்னய்யா அர்த்தம்?’

ஏமாற்றத்தின் எதிரொலியாய் வார்த்தைகள். அவரின் இயல்பு கொஞ்சம் மாறிப் போய்விட்டது செல்வத்துக்குத் தெரியும். எல்லாவற்றுக்கும் உபதேசிக்கிறார். வீடு திரும்பியதும் சாய்வுநாற்காலியில் சாய்ந்து கொண்டு பின்னணியில் சங்கீதம் ஓட, புத்தகத்தில் ஆழ்ந்து போய்க் கிடக்கறவர் அடிக்கடி அவனை விசாரித்துக் கோபிக்கிறார். எதிர்பார்ப்புகளுக்கு ஈடாக மகன் உருவாகப்போவதில்லை என்கிற உண்மை உரைக்க ஆரம்பித்திருக்கிற நாலு மாதங்களில் அவனை அணுகும் முறை மாறிப்போய்விட்டது.

கல்லூரி முடித்த செல்வத்தின் வாழ்க்கையும் திசைமாறியிருந்தது. நண்பர்கள் படையோடு இயங்கிய கல்லூரி நாட்களில் இந்த மனச்சுமையை எதிர்பார்க்கவில்லை. எதிர்காற்று முகத்தில் அறையும் உற்சாகத்தோடு 6 D யில் தொங்கிக்கொண்டு செல்லும்போதும், எலியட்ஸ் பீச்சின் மதில் சுவரின் அரட்டையிலும், கிரஸண்ட் கிரவுண்டு கிரிக்கெட்டின் போதும், உணராத வெறுமை கல்லூரி முடிந்த வாழ்க்கைத் தேடலில் இறுகப் பற்றிக்கொண்டது. விளையாட்டாகப் போன வாழ்க்கையில் சட்டென்று தனித்து விடப்பட்ட உணர்வு. நண்பர்கள் ஒவ்வொருவராகக் காணாமல் போய்க் கொண்டிருந்தார்கள். ஒரு சுற்று இளைத்திருந்தான். லேசான படபடப்போடு ஹிண்டுவில் வேலைவாய்ப்பு விளம்பரங்களைப் படிப்பது பழகிப் போனது. பரந்து விரிந்த உலகம் அத்தனையும் ஒரு குறுகிய பாதையில் வந்து முடிந்து வாழ்க்கை ஒரு தாண்டிக் குதிக்கவேண்டிய மதில் சுவராய் எதிரில் நின்று பயமுறுத்தியது.

எதனால் தாண்ட வேண்டும்? பொறியியலா, கணிப்பொறியா, வணிகமா?

அவன் படிப்புக்குப் பணம் செலவழிப்பதன் தர்க்கரீதியான முடிவு ஒரு நல்ல உத்யோகத்தில் இருப்பதாய் எண்ணிப் பழக்கப்பட்ட அப்பாவுக்கு செல்வத்தின் நிலை கவலையளித்தது. அவருக்கு இன்னும் ஐந்து வருடங்கள் உத்தியோகம் பாக்கியிருக்க செல்வத்துக்கு வேலை கிடைக்கவேண்டிய அவசியத்தில் இருந்தார். அவர் ஓய்வு பெறும்போது மகன் அவர் விட்ட இடத்திலிருந்து தொடர தோதாய் அவன் பிறக்கும்போது போட்ட கணக்கு இருபது வருடம் கடந்து பொருந்தாமல் போனதன் சுமை சேர்ந்திருந்தது.

செல்வம் அவர் சொல்லப்போகும் தீர்வை எதிர்பார்த்து மௌனமாய் இருந்தான்.

'மேலயும் படிக்காம, கம்ப்யூட்டர் கோர்ஸுூம் சேராம வெட்டியா இருக்கறதுக்கு பேசாம வேலைக்குப் போ. சந்தானம் சீஃப் அக்கவுண்ட்டா இருக்காருல்ல, அவரு கிட்ட சொல்லியிருக்கேன். வரச்சொல்லியிருக்காரு. அவங்க கம்பெனில அக்கௌண்ட்ஸ் டிபார்ட்மெண்ட்ல வேகன்ஸி இருக்காம். அவரைப் பாத்துப் பேசு. அவர் கேக்கற கேள்விக்கெல்லாம் நல்லா பதில் சொல்லு. வேலை போட்டுத் தருவாரு. சர்டிஃபிகேட்ஸ், மார்க் ஷீட் எல்லாம் எடுத்துகிட்டுப் போ...'

வாகனங்களுக்கு உதிரி பாகம் தயாரிக்கும் தொழிற்சாலையை ஒட்டிய அந்த அந்நிய அலுவலகச் சூழல் அச்சுறுத்தியது. அஸ்பெஸ்டாஸ் கூரையின் கீழ் பொய் உத்திரம் வழியாய் உஷ்ணம் கீழிறங்க அதை மின் விசிறிகள் பரப்பிக்கொண்டிருந்தன. காகிதம். மஞ்சளாய், இளஞ்சிவப்பாய், பச்சையாய் எங்கே பார்த்தாலும் காகிதம்... குண்டு குண்டாய் முனை மழுங்கிய நோட்டுப் புத்தகங்கள். டைப்ரைட்டர் சப்தம். டெலிஃபோன் சப்தம். பின்பக்கம் எங்கேயோ இரும்படிக்கற சப்தம். டீசலோ கிருஷ்ணாயிலோ கலந்த காற்றின் சுவாசம்.

மேஜையில் பரப்பிய காகிதங்களிடையே ஒரு பெரிய பேப்பர் வெயிட்போல சந்தானம் இருந்தார். சொக்காய்ப் பித்தான் இரண்டை அவிழ்த்து விட்டுக்கொண்டு சின்னப் பொத்தல் விழுந்த பனியன் தெரிய, மூக்குக்கண்ணாடி வியர்வை வழுக்கலில் மூக்கு முனையில் நழுவுவதைச் சரிசெய்து கொண்டு ஸ்ரீசூர்ணம் பாதி அழிந்து, அவசர கதியில் அவன் காகிதங்களை ஆராய்ந்தார். அவன் கொடுத்த மார்க் விவரங்களைக் கையில் வைத்துப் புரட்டிவிட்டு அவருக்கு வரும் தொலைபேசி அழைப்புகளுக்கு இடையேயும், சந்தேகம் கேட்கும் மற்றவர்களிடமும் உரையாடிய இடைவெளியில் அவனிடம் கொஞ்ச நேரம் பேசிவிட்டு கேலண்டர் பார்த்து விரலில் எண்ணி 'நாலாம் தேதி ஜாயின் பண்ணிடு. நல்ல நாளு' என்று அனுப்பிவிட்டார். வெளியே

வரும்போது அவர் 'உங்க அப்பாவும் நானும் கிளாஸ்மேட்டு' என்று சொன்னது ஞாபகம் இருந்தது.

செல்வம் திரும்பி வரும்போது வேலை கிடைத்த உற்சாகம் இல்லாமல் ஊர் சோகமாய்த் தெரிந்தது. இந்த ஐந்து மணி லேசான வெய்யில் விடைபெறும் வேளையை இனி தினமும் பார்க்க முடியாது. அடுத்த வாரத்திலிருந்து அப்பாவைப்போல சாவி கொடுத்த பொம்மை மாதிரி இயங்கவேண்டும். கடிவாளப் பாதையில் ஒரு வேலை, முப்பது வயதில் கல்யாணம், குழந்தை, வீடு, எல் ஐ சி கடன், ஓவர் டைம், பிளட் பிரஷர் என்று வாழும் வாழ்க்கையின் முதல் படி எடுத்துவைக்க வேண்டும். அந்த சந்தானம் இன்றைய பத்து நிமிட சந்திப்பிலேயே முகத்தில் துளி சிரிப்பு இல்லாமல் இருந்தாரே, அவரைத் தினம் தினம் போய்ப் பார்க்கவேண்டுமா... ரொம்ப கோபிப்பாரோ?

'அக்கௌண்ட்ஸ்ல மார்க் ரொம்ப கம்மியா இருக்கு? செகண்ட் கிளாஸ் பார்டர்ல பாஸ் ஆயிருக்கியே...'

'ஒரு லட்சத்துக்கு வாங்கின காரை இருபத்து அஞ்சி பர்சன்ட் மேனிக்கு மூணு வருஷத்துக்கு டிப்ரிஷியேட் பண்ணப்பறம் நாப்பதாயிரத்துக்கு விக்கறோம்னு வச்சுக்கோ. என்ன ஜர்னல் என்ட்ரி போடுவே சொல்லு...'

'......'

'தெர்லயா... பரவால்ல... இங்க வேலை செய்யற யாரும் இதைச் சரியா சொன்னதில்லை. மூணு மாசம் டிரெயினிங். எக்ஸைஸ், கஸ்டம்ஸ் ரிக்கார்ட்ஸ் எல்லாம் பாத்துக்கணும், ஸ்டோர்ஸ் ரிக்கார்ட்ஸ் எழுதணும். பெட்டி கேஷ், வவுச்சர் எழுதறது, டெட்டர்ஸ் லெட்ஜர்... ரொம்ப கஷ்டமில்லை... செய்வேல்ல... ப்ரொபேஷன் பாத்துட்டு அப்புறமா ரிவைஸ் பண்ணிக்கலாம்...'

உரசிச் சென்ற மோட்டார் சைக்கிள் அவனை எழுப்பியது.

பிரதான சாலைக்கு அருகே அடர்த்தியான மரங்களுக்கு அடியில் சின்னச்சின்னதாய் உருவாகியிருந்த தற்காலிகக் கடைகள் அருகே ஜனங்கள் உலவிக்கொண்டிருந்தார்கள். ஓரிடத்தில் நான்கைந்து பேர் நின்றுகொண்டு வேடிக்கை பார்த்துக்கொண்டிருந்தார்கள். செல்வம் அந்தக் கும்பலில் ஒருவனாய் நின்றான். வீடியோ கடைக்குப் பக்கத்தில் மரங்களுக்குக் கீழே அந்த ஆள் இயங்கிக்கொண்டிருந்தான். சின்னதாய் மரத்தினால் ஆன ஒரு ஸ்டாண்டு வைத்துப் பலகை ஒன்றும் அதன் மேல் வெள்ளைத் தாளும் ஒரு கிளிப் போட்டு வைத்திருக்க அதன் எதிரில் அமர்ந்துகொண்டு எதிரே இருக்கையில் அமர்ந்திருந்த அந்த ஆளை வரைந்துகொண்டிருந்தான். அதை வேடிக்கை பார்க்க வரையப் படுபவரின் நண்பர்கள், இன்னும் சிலர் என்று குழுமியிருந்தனர்.

ஐஸ்வர்யா, அன்னை தெரசா, சச்சின் என்று ஒன்றிரண்டு மாதிரிப் படங்களை மரத்தைச் சுற்றி வைத்திருந்தான். செல்வம் பின்னால் நின்று பார்த்தான். காகிதத்தில் கறுப்புக் கோடுகளாய் எதிரில் அமர்ந்திருந்தவன் முகம் அவன் அசல் முகத்தை விட அழகாய் எதிரொலித்தது. ஓவியன் வரைந்து முடித்திருந்தான். அந்த ஆள் எழுந்து ஓவியத்தைப் பார்த்தான். திருப்தியாய்ப் புன்னகைத்தான். வேடிக்கை பார்த்த அவன் நண்பர்கள் சீண்டலாக அவனை என்னமோ சொல்லிச் சிரித்தார்கள். அந்த ஆள் ஓவியனுக்குப் பணத்தைக் கொடுத்துவிட்டுப் போனவுடன் வேடிக்கை பார்த்து முடித்திருந்த கூட்டம் கலைந்து போய், அந்த இடம் வெறுமையாய் இருந்தது. செல்வம் இன்னும் நின்றிருந்தான். மரத்தில் கட்டியிருந்த சின்னப் பலகை காகித அளவுக்கு ஏற்றார்போல கட்டணம் காண்பித்தது.

'போர்ட்ரெயிட் வரையணுமா தம்பி?' என்றான்.

'எனக்குக்கூட ஸ்கெட்சிங் தெரியும்.'

'அப்பிடியா' என்றான் சுவாரசியமில்லாமல். அவன் ஓவியங்கள் ஒவ்வொன்றாய் எடுத்துக் காகிதத்தால் சுற்றி வைத்தபடி கிளம்பத் தயாரானான்.

'உக்காருங்களேன். ஒரு மாறுதலுக்கு உங்களை வரைஞ்சிக் கங்களேன்... நான் வரையறேன்.'

ஓவியன் அவனை சுவாரசியமாய்ப் பார்த்தான்.

'உங்க கழுகுக் கண்ணும் அந்தக் குறுந்தாடியும் ஸ்கெட்சிங் பண்ணா பிரமாதமா வருமில்ல...'

செல்வத்தின் கண்களில் தெரிந்த ஆர்வம் அவனுக்கு உற்சாகம் தந்தது. சிரித்தபடி உட்கார்ந்தான். சிகரெட் பற்றவைத்துக்கொண்டான். செல்வம் அவனை பக்கவாட்டில் பார்த்தபடி உட்காரச் சொல்லிவிட்டு, காகிதம் எடுத்து கிளிப்பில் பொருத்திக்கொண்டு இருக்கையில் அமர்ந்து, அவனைத் தீர்க்கமாய் ஒரு பார்வை பார்த்துவிட்டு, கறுப்புப் பென்சிலை எடுத்துக் காகிதத்தில் ஒற்ற ஆரம்பித்தான். கண்கள் அளப்பதும் விரல்கள் விரைவதுமாய் ஓவியத்தீட்டல் தொடர்ந்தது.

'சிகரெட் வேணாம்னா எடுத்துடறேன்.'

'இல்ல, இருக்கட்டும் படம் நல்லா வரும்.'

'படிக்கறியா..?'

சொன்னான்.

செல்வம் வரையத்தொடங்கினான். அவன் - திலீப்குமார். ஓவியப் பள்ளியில் படித்தவன். சில பத்திரிகைகளில் திலீப் என்கிற பெயரில்

அவன் ஓவியங்கள் வந்திருக்கின்றன. அவ்வப்போது தன் ஓவியங்களை வைத்துக் கண்காட்சி வைக்கிறான். பொழுதுபோக்காய் வீதியில் ஸ்கெட்சிங் செய்கிறவன். ஆக்ஷன் பெயிண்டிங், சர்ரியலிஸ்ட் ஓவியம் என்று இன்னும் புதிதாகத் தேடுகிறான். படம் வரைவதே தொழிலாய், ஆசையாய், பொழுதுபோக்காய் வாழ்பவன். தன் அபிலாஷையையே தன் அலுவலாய் மாற்றிக்கொண்டவன். இன்டீரியர் டிஸைனிங் படித்துக்கொண்டிருக்கிறான். பேசிக்கொண்டே போனான்.

செல்வத்துக்கு அவன் முகம் பிடித்திருந்தது. அவன் கண்கள் கூர்மையாக இருந்தன. முன் பக்க வழுக்கைக்குத் தயாரான நெற்றி விசாலமாய்க் கோடுகள் இல்லாமல்... அவனை வரைவது எளிதாகவே இருந்தது. அவன் ஓவியங்கள் பற்றித் தன்னை மறந்து பேசினான். ஓவியம்போல் தனித்தன்மையான கலை வேறு இல்லை என்றான். ஜாக்சன் போலாக்கின் ஆக்ஷன் பெயிண்டிங் முறையைப் பற்றிச் சிலாகித்தான். ஓவியங்கள் தாங்களே உயிரூட்டிக்கொள்கின்றன... வரைபவன் ஒரு கருவிதான் என்றான்.

அவன் உதடுகள் கூட அழகாய் இருந்தன. அவன் அடர்த்தியான மீசையில் ஒளிந்திருந்த மேலுதடு சிறியதாய்த் தீட்டிய மெல்லிய கோடுபோல, அவன் கீழுதடுகள் கொஞ்சம் தடித்து... மீசையோடு தொடர்ந்து கீழிறங்கிய குறுந்தாடி அடர்த்தியாக முகத்துக்குக் கீழே இறங்கியது. கன்னம் முழுக்கப் பரவியிருந்த இரண்டு நாள் ரோமங்கள் அந்தக் குறுந்தாடியோடு இணைந்து... சின்னச் சின்னக் கோடுகளாய் வசீகரமாய் ஓவியம் உருவானது.

நடைபாதையில் அவ்வப்போது சிலர் நின்று பார்த்தார்கள். செல்வத்துக்குப் பின்னால் ஒரு சிறிய கூட்டம் நின்று பார்த்துக் கொண்டிருந்தது. ஓவியனை வரையும் அவன் கை வேகத்தைப் பார்த்து அவர்களுக்குள் சன்னமாகப் பேசிக்கொண்டார்கள்.

அவன் சிகரெட்டை உதடுகளில் லாகவமாய்ப் பொருத்தி வைத்திருந்தான். உதட்டால் மெல்ல அழுத்தி உறிஞ்சி மூச்சைத் தக்கவைத்துக்கொண்டு கொஞ்சமாய் உதட்டைப் பிரித்து புகையை விட்டான். முனையில் சேர்ந்த சாம்பலைக் களைய மட்டும் விரல்களால் சிகரெட்டைத் தட்டிவிட்டு மறுபடி வாயில் பொருத்திக்கொண்டான்.

கொஞ்சம் சரிபார்த்துச் சின்னச் சின்னதாய் அங்கங்கே தொட்டு... விரலால் கருமையைத் தீட்டி... கொஞ்ச நேரத்தில் செல்வம் அவனை அச்செடுத்து முடித்திருந்தான். 'முடிஞ்சிருச்சிங்க' என்றான்.

அவன் எழுந்து வந்தான். தன் உருவத்தை லேசான பிரமிப்போடு பார்த்தான். நாசியின் வடிவ அமைப்பும் கண்களின் கூர்மையும் அச்சாய்ப் பிரதிபலித்ததையும், சிகரெட் பற்றிய உதடுகளின்

அழுத்தத்தையும், பரவும் புகை மூட்டத்தையும், கண்களில் லேசான இடுங்கலையும், சிகரெட்டின் நெருப்பு முனையின் நுணுக்கத்தையும், தீர்க்கமான கோடுகளினால் வரையப்பட்ட அவன் ஓவிய நேர்த்தியைப் பார்த்து 'ப்ரில்லியன்ட்' என்றான் வியப்பு மேலோங்க.

'கலாக்ஷேத்ரால ஓர்க் ஷாப் போனேன். அங்க கத்துகிட்டேன். லாண்ட் ஸ்கேப் பெயிண்டிங் நிறைய ஆயில் பெயிண்டிங்ல பண்ணியிருக்கேன். வாட்டர் கலர்ல கூட செஞ்சிருக்கேன் சார்.' செல்வம் தன் ஓவியத்துக்குக் கிடைத்த அங்கீகாரத்தில் பெருமிதமாகச் சொன்னான்.

செல்வத்தை அரைத் தழுவலாகத் தோளில் அணைத்துக்கொண்டான். 'இன்னும் கொஞ்சம் பழகினா பர்ஃபெக்ஷன் வந்துரும்' என்றான். செல்வம் எதிர்பார்க்காமல் சட்டை பாக்கெட்டிலிருந்து நூறு ரூபாய் எடுத்து நீட்டினான்.

மறுத்தான்.

'என் படம் வரைஞ்சதுக்கு. என் போர்ட்ரெயிட்டே எங்கிட்ட இல்ல. இதுதான் முதல். இருநூறு தரலாம். ஆனால் மூக்கைக் கொஞ்சம் சப்பையாக்கிட்ட அதுனால குறைச்சிட்டேன்' என்று சிரித்தான்.

செல்வம் தயங்கியபடி பின்வாங்க... 'உன் மொத சம்பளம்னு வச்சிக்கயேன்.' செல்வத்தின் கையில் திணித்துவிட்டு அவன் முதுகில் தட்டிக்கொடுத்துவிட்டுக் கிளம்பினான்.

அவன் போவதைப் பார்த்துக்கொண்டு நின்றான். வீட்டை நோக்கி நடக்கும்போது நூறு ரூபாயின் மொடமொடப்பு கையில் சந்தோஷச் சுமையாய்க் கனத்தது. பாக்கெட்டில் போட மனமில்லாமல் பொக்கை வாய்க் கிழவரின் சிரிப்பு உற்சாகம் தர, கையில் வைத்தபடியே நடந்தான்.

வீடு அமைதியாக இருந்தது. அடுக்களையில் பாத்திரம் உருளும் சப்தம், பக்கத்துவீட்டு ரேடியோவின் பாட்டு, நாள் முற்றுப்பெரும் ஆயத்தத்தில் காகங்களின் கரைசல் - அந்தச் சாயந்தர நேரத்து ஓசைகள் அத்தனையும் மனதின் பிரதிபலிப்பாய் ரம்மியமாய் ஒலித்தது. காகிதமும் பென்சில், பிரஷுமாய் இறைந்திருந்த அறையை யாரோ சுத்தம் செய்து வைத்திருந்தார்கள். மேஜை மேல் அந்த ஓவியம் இன்னும் இருந்தது.

புறா, கூண்டிலிருந்து விடுபட்டு தூரத்து மலையைத் தேடிப் போகும் காட்சி காற்றில் படபடத்துக்கொண்டிருந்தது.

கல்கி, அக்டோபர் 2003

திரை

விளக்கின் சிவப்புக் கோபத்தில் வாகனத்தின் வேகம் குறையத் தொடங்கியதும் மேய்ந்து கொண்டிருந்த சுவாரசிய நாளிதழை மீறி கண்கள் இடதுபக்கம் திரும்புகின்றன. இந்தப் போக்குவரத்துச் சந்திப்பு நான் வேடிக்கை பார்க்கும் இடம். வாசலில், உடைசலும் கீறலுமாய் ஓரங்களில் வர்ணம் இழந்த கறுப்பு கிரானைட்டில் தங்கத்தில் வெங்கட்ரமணா சென்டர் என்று நடுநடுவே எழுத்துக்கள் அழிந்து போய் அரைகுறையாய் அறிவிக்கும் பலகையோடு இருந்த, நான் பார்க்க விரும்பிய அந்தக் கட்டடம் என்னை நோக்கி மெல்ல நகர்ந்து வந்துகொண்டிருந்தது. நாளிதழை மடித்து வைக்கிறேன். கவனத்தைக் கலைத்து அலுவல் எழுப்புகிறது.

கைபேசியின் நெற்றியில் 'தண்டம்' கோபமாகத் துடித்துக் கொண்டிருந்தார். என் அலுவலக தினங்களை நரகமாக்கிக்கொண்டிருந்த தலைமை அதிகாரி. சிக்கனம் விரும்பும் செல்ஃபோனின் எல் சி டி ஞாபகத்துக்காகவும், அவரைப் பற்றிய என் மதிப்பீட்டைப் பிரதிபலிக்கும் விதமாகவும் சுருங்கிப்போன கோதண்டராமன். 'காலங்காத்தால என்ன ஆச்சோ? கிழவன் அறுந்ததுமாதிரி குதிப்பானே...' என் கைபேசிக்கு மட்டும் சொல்லிவிட்டு 'எஸ் சார்' என்றேன்.

அறுந்துதான் போயிருந்தது. அறுத்தது கடலூர் வாடிக்கையாளன்.

நாங்கள் நிறுவியிருந்த, அலுவலகச் சங்கேத பாஷையில் செல்லமாய் அடுப்பு என்று விவரிக்கிற, ஒரு கோடி பெறுமான நீராவி உற்பத்தி செய்யும் பாய்லர் இயந்திரம், நீராவி இறைக்காமல் தண்ணீராய்க் கொட்டிக்கொண்டிருக்கிறதாம். புது இயந்திரம் பரிச்சயமாகாத ஆபரேட்டர் என்னத்தையாவது திருகி அதன் முன்னெச்சரிக்கை மூளை அதன் செயல்பாட்டைக் கொஞ்ச நேரம் நிறுத்தி வைத்திருக்கும், கண்காணிக்கிறவன் பாய்லருக்குப் போகும் தண்ணீரின் அளவைக் கட்டுப்படுத்தும் மானிகளைக் கவனிக்காமல் யூனியன் நிர்வாகி களோடு பேசிக்கொண்டிருந்திருப்பான். சின்னச் சின்னதாய் அவர்கள் கைக்கெட்டுகிற தூரத்திலேயே காரணங்கள் வைத்துக்கொண்டு சரி

செய்யாமல், உற்பத்தி தடைப்பட்ட முதலாளி முந்தைய இரவு ப்ளேக் லேபிள் பாதிப்பு விலகாமல் தூங்கிக்கொண்டிருக்கும் கிழவனை எழுப்பிவிட்டிருப்பான்.

‘மிஷின் கமிஷன் பண்ண நாலுமாசத்துக்குள்ள ப்ராப்ளம் வந்தா என்னய்யா அர்த்தம்? அந்த ஏரியாவுல முதல் இன்ஸ்டலேஷன். தொடங்கினதுமே டெக்னிகல் ப்ராப்ளம் வந்தா சுத்துவட்டாரத்துல இருக்கற ஃபேக்டரி எதுலயும் ஆர்டர் புடிக்கமுடியாது…’ காது வலிக்கிறது.

அந்த நிறுவனத்தின் மாற்றம் விரும்பாத தொழிலாளர்களுடன் மூன்று மாதங்கள் பயிற்சி என்று மன்றாடி எங்கள் ஆட்கள் அங்கிருந்து திரும்பிவந்த முதலாம் வாரமே இப்படி நடந்து கிழவனை பிரஷர் குக்கர் மாதிரி சீற வைக்கிறது.

‘வால்டேஜ் ஃபிளக்சுவேஷன்ல வாட்டர் லெவல் கன்ட்ரோலர் ரீ செட் ஆயிருக்கும் சார். பூபதியை அனுப்பி வைக்கறேன் சார். அவங்க இன்ஸ்டலேஷன் முழுக்கப் பாத்துகிட்டது அவந்தான்.’

‘எங்கிட்ட சொல்லாத. அவங்ககிட்ட போய்ச் சொல்லு. நீயும் கூட போயாகணும்.’

‘நாளைக்கு கிளையன்ட் மீட்டிங் இருக்கு. ஒரு வேபர் அப்சார்ப்ஷன் சில்லர் சிஸ்டம் விவாதிக்க…’

‘தள்ளிப் போடு. இல்ல வேற யாரையாவது அனுப்பு. லட்ச லட்சமா இன்வெஸ்ட் பண்ண கிளையன்டு அலறிகிட்டு இருக்கான். புது கிளையன்டு முதுகு சொறிய என்னயா அவசரம்? பூபதி வேலையைப் பாக்கட்டும். நீ நைச்சியமா பேசி முதலாளியை மேனேஜ் பண்ணு. இன்னைக்கே கிளம்புங்க. ஆபீஸுக்கு வந்ததும் கார்லயே போங்க.’

மூன்று மாதம் கழித்து உயிரில்லாத காகித எண்களைப் பார்த்து விற்பனை விழுக்காடு விழுந்துட்டது என்று முறையிடப்போகிறதும் இதே நபும்சகன் தான்.

ஒரு வால்வைத் திருகவோ ஒரு குமிழை அழுத்தியோ மறுபடி அதை இயங்க வைக்கவேண்டிய அற்ப வேலைக்கு பூபதி போதும். அவன் பின்னாலேயே டை கட்டிக்கொண்டு வாய் எல்லாம் மன்னிப்பும் புன்னகையுமாய் முதலாளியை ஆசுவாசப்படுத்த வெட்டியாகக் கடலூர் போகவேண்டும். காரில் உட்கார்ந்தபடிக்கே இருநூறு கிலோமீட்டர் பயணிக்கவேண்டும். லாரி டிரைவர்களுக்கு வாகாய் வழியில் முளைத்திருக்கும் தேவி பரோட்டா ஸ்டாலின் கொத்துபரோட்டா, பொன்னம்மாள் இட்லிக் கடையின் பொட்டுக்கடலை சட்னி என்று என்

ஐம்பது வயதுக்கு ஒத்துக்கொள்ளாத உணவை வயிற்றில் கொட்டி இரண்டு மணி நேரம் கழித்து ஜெலுசில் முழுங்கி அடுத்த நாள் காலை கழிப்பறையில் முக்கவேண்டும். சாலை ஓர மரத்தின் பக்கமாய் ஒதுங்கி முதுகுக்குப் பின்னால் இருக்கற உலகத்தை மறந்து லஜ்ஜை இல்லாமல், பேண்ட்டில் தெறிக்காமல் சின்னப்பையன் மாதிரி அற்ப சங்க்கை... நினைத்தாலே ஆயாசமாய் இருந்தது.

'உடனே வரோம்னு ஃபோனடிச்சி அவர் கிட்ட சொல்லு. எ எஸ் ஏ பி.'

சிவந்து போன முகமும் கோபத்தில் துடிக்கிற உதடுமாய் தண்டம் காரின் முன் சீட்டில் உட்கார்ந்து கத்துகிறமாதிரி கேட்கிறது.

'செய்யறோம் சார்.'

எங்கள் நீராவி உற்பத்தி செய்கிற பாய்லர் இயந்திரம் எல்லா விதமான தொழிற்சாலைகளிலும் மூச்சு விட்டுக்கொண்டிருக்கிறது. ஏணியில் ஏறுகிற எண்ணெய் விலையை மனதில்கொண்டு எண்ணெய்க்குப் பதிலாக மாற்று எரிபொருள் பரிந்துரைத்து அதனால் ஏற்படப்போகிற சேமிப்புகளை விளக்கி முதலீடு கோரி, நீராவியும் சுத்திகரிப்பு ரசாயனங்களும் உபயோகிக்கும் அவர்களின் தற்போதையத் தொழில் நுட்பத்தை மாற்றி அவர்கள் தொழிற்சாலை இருக்கும் பிரதேசத்துக்கு ஏற்றார்போல் நிலக்கரி, மரத்தூள், உமி என்று சிக்கன எரிபொருளைத் தேர்ந்தெடுத்து, அதற்குத் தோதாக தொழில் நுட்பம் மாற்றிய பாய்லர் நிறுவி, அதைப் பராமரிக்கும் நிறுவனத்திற்கு என்னைப் போன்ற தொழில்நுட்பப் பொறியாளர்கள்தான் முதுகெலும்பு என்று கிழவனுக்கு உறைப்பதில்லை. தமிழ்நாட்டின் அத்தனை மூலை களையும் சுற்றி, அலைந்து ஆர்டர் பிடித்து, இயந்திரம் நிறுவி, நிறுவினதைப் பராமரித்து, உதவிப் பொறியாளராக ஆரம்பித்துப் பதினைந்து வருடங்களாக உழைத்து உயர்ந்த என் போன்ற விசுவாசி களை மதிப்பதில்லை. முக்கிய பொறுப்பில் இருக்கும் ஒவ்வொருத் தரையாய் விலக்கிவிட்டு அவன் ஆட்களை உள்ளே கொண்டுவர சமயம் பார்த்துக்கொண்டிருக்கிறான். ஏற்கெனவே நிறையப் பேர் காலி.

பூபதியை கைபேசியில் கூப்பிடுகிறேன். நான் கிழவனிடம் சொன்னதையே அவனும் சொல்கிறான். அலுத்துக்கொண்டு என்னோடு வர சம்மதிக்கிறான்.

சி.ஏ, எம் பி ஏ, இன்ன பிற என்று ஏராளமாகப் படிப்பையும் சாக்லெட் கம்பெனி, பன்னாட்டுப் பூச்சி மருந்து நிறுவனம், இரும்புத்தகடு செய்கிற நிறுவனம் என்று ஆட்களை மேய்த்த அனுபவங்களை அவன் கோட் பாக்கெட்டில் சேகரித்துக்கொண்டு வந்து எங்கள் அத்தனை

உழைப்பையும் அலைச்சலையும் புறங்கையால் ஒதுக்கிவிட்டு வெறும் காகிதங்களில் பார்க்கிற எண்களில் நிறுவனத்தை நிர்வகிக்கிறவன். தொட்டதற்கெல்லாம் மீட்டிங் மீட்டிங் என்று வேலை செய்யவிடாமல் அதிகாரிகளைத் திரட்டிப் பேசிக் காகிதத்தில் கையெழுத்து வாங்குபவன். மந்தமாகப் போகிற எங்கள் நிறுவனத்தைத் துரிதகதியில் முடுக்கி, ஆட்களைக் குறைத்து, அதன் தொலைநோக்கைத் திசை திருப்பிவிட நியமிக்கப்பட்டவன், மெத்தனம் விரட்டி, போஷாக்கு ஊட்டி, லாபம் ஈட்டி அல்லது காட்டி, சரிந்து போய்க் கிடக்கிற நிறுவனப் பங்குகளை வடக்கு நோக்கி ஏறவைத்து முதலாளிகளைப் பணக்காரனாக்கப்போகிறவன். பொருளாதார நிபுணன். ரத்தமும் சதையுமான மனிதர்களை நம்பாமல் புள்ளி விவரங்களை மட்டும் நம்புகிற விவஸ்தை கெட்டவன். சொன்னதைக் கேட்காவிட்டால் வேலை போய்விடும்.

கிழவன் கத்துகிற ஒவ்வொரு முறையும் இந்த வேலையை விட்டுவிட்டு வேறு வேலை தேடலாம் என்று உத்வேகம் பாய்ந்து என் மடிக்கணினியில் என் விண்ணப்பப் படிவத்தைப் புதுப்பிக்க விரல் மேவும்போழுதெல்லாம் என் டிப்ளமா படிப்பும், அம்பதுகளின் விளிம்பில் சஞ்சரிக்கும் வயதும், முப்பது வயது திருமணத்தின் ஆரம்பத் தயக்கம், டி அண்ட் சி தடைகள் தாண்டி பெற்றுக்கொண்ட பிள்ளைகளின் படிப்புக் கவலையும், புறநகர்ப்பகுதி வீட்டின் மாதாந்திரத் தவணையும் பயமுறுத்துகின்றன. அந்தப் பேச்சு எடுத்தால் கலவரத்தில் மௌனமாகும் மனைவி முகம் தடுக்கிறது. இவ்வளவு வருஷம் தள்ளியாச்சு, இன்னும் அஞ்சு வருஷமோ பத்து வருஷமோ பல்லைக் கடிச்சிகிட்டுத் தள்ளிடு என்கிறது தைர்யமில்லாத மனசு.

வீட்டுக்கு ஃபோன்போட்டு மனைவியிடம் அன்று இரவு வீட்டுக்கு வரமுடியாது என்று சொன்னேன். அவள் ஒரு பொறுப்பான மனைவிக்கே உரிய லட்சணங்களோடு நியாயமாய்க் கேள்விகள் கேட்டாள்.

‘இன்னைக்கு நைட்டு வெளியூர் போறதை ஆபீஸ் கிளம்பினப்பறம் தான் சொல்லுவீங்களா? நாளன்னிக்கு கோகுலாஷ்டமி.’

‘நாளன்னிக்கு வந்துடுவேன்.’

‘ஆமா... கிருஷ்ணர் மாதிரி நடுச்சாமத்துல வருவேள். இன்னைக்கு கடைகன்னிக்கு நானே ஒத்தையா போணும்.’

‘இப்பதான் பாஸ் கிட்டருந்து அவசரமா ஃபோன் வந்தது. இன்னைக்கே போயாகணும்... என்ன பண்ணச் சொல்ற?’

‘அவ்ளோ பெரிய கம்பெனில உங்களை விட்டா வேலை செய்ய வேற யாரும் இல்லையா?’

‘இருந்தா என்னை எதுக்கு வச்சிருக்கா சொல்லு?’

‘மாத்துத் துணிமணி?’

‘அதான் ஒரு செட்டு கார்லயே எப்பவும் வச்சிருக்கனே... வேணும்னா டிரைவரை அனுப்பறேன். எடுத்துவை.’

‘சர்தான்... இன்னைக்குப் போக முடியாதுன்னு சொல்லுங்களேன். தலையை வாங்கிடுவாங்களா? இப்பிடி சங்கோஜப்பட்டுண்டே எல்லாத்துக்கும் சரின்னு இருக்கறதாலதான் தலைல மொளகா அரைக்கறா.’

சமயத்தில் மனைவிகளை விட இரையும் உயர் அதிகாரிகளே மேல் என்று தோன்றிவிடுகிறது.

‘பீர் மாமிசம்னு சாப்டுட்டு வராதீங்கோ...’ அணைத்தப்புறமும் அவள் பேசுவது கேட்கிறது.

கடலூர் முதலாளியிடம் ஒரு பாட்டம் கேட்டுவிட்டு அவரைச் சமாதானப்படுத்திவிட்டு நாளிதழிலாவது நல்ல செய்தி இருக்கிறதா என்று புரட்டுகிறேன். இந்தியாவின் உண்மையான பிரதமர் யாரு என்று நாளிதழ் தலையங்கத்தில் சந்தேகப்படுகிறது. சமீபத்திய சினிமா எதுவும் சரியில்லை என்கிறது. டெண்டுல்கர் ஆடாத கிரிக்கெட் போட்டிகளில் தோற்றதை வர்ணப் படங்களில் காட்டி அவர் அணியில் இல்லாததால் ஏற்பட்ட உளவுரீதியான இழப்பு என்கிறது.

நானும் தோற்கும் கிரிக்கெட் அணி போலதான். என் நிறுவனத்தை விட உறுதி இல்லாமல் ஜெயிக்கும் உத்தேசம் இல்லாமல், ஓவர்களை ஆடினால்போதும் என்று வேகப்பந்தாய் விரையும் தினங்களைத் தடுத்து விளையாடித் தேய்த்துத் தேய்த்து ஆடும் மட்டையாளன். மைதானம் முழுக்க என் மனைவிகளும், பிள்ளைகளும், உறவினர்களும் உட்கார்ந்துகொண்டு ‘பாத்து விளையாடுங்க. அவுட் ஆகி தொலைக்கப்போறீங்க...’ என்று கதறுகிறார்கள். பெவிலியனில், நான் ஆட்டம் இழந்தால் உள்ளே வரத் தயாராய் மீசை அரும்பாத துடிப்பான இளைஞன் பேடு கட்டிக்கொண்டு காத்திருக்கிறான். தண்டம் ஒரு கையில் ப்ளாக் லேபிளும் இன்னொரு கை சுருட்டுமாய், ‘அடிடா... ஓவர் தேய்க்கவா உன்னை டீம்ல வச்சிருக்கேன் உதவாக்கரை’ என்று கூச்சல் போடுகிறார். ஆள்காட்டி விரலை நீட்டிவைத்துக்கொண்டு பாக்கெட்டில் வைத்தபடி காத்திருக்கிறார். காலில் பட்டால் அவுட்

ஆக்கிடுவார். ரன் அடிக்காவிட்டால் பரவாயில்லை. ஆட்டமிழக்காமல் இருந்தால் போதும். ஜாக்கிரதை.

ஊர்ந்து வந்த வாகனம் வெங்கட்ரமணா சென்டருக்கு எதிரே முழுவதுமாய் நிற்கிறது. அலுவலகத்துக்குப் போகும் அந்த வழியில் மும்முரமான சாலையில் அடுக்கடுக்காக உயர்ந்திருக்கும் வரிசையான கட்டடத்தில் ஒன்றாய் நிற்கும் எட்டு மாடிக் கட்டடம். நகரத்தின் பெரிய திரையரங்கம், நான்கைந்து அலுவலகக் கட்டடங்கள், ஒரு நட்சத்திர விடுதி, கீழே மோட்டார் சைக்கிள்கள் அணிவகுப்பும் மேலே அதன் அலுவலகங்களும் அதற்கு மேல் அதன் விளம்பரமுமாய் நீண்ட நிறுவனக் கட்டடம் எல்லாவற்றையும் தாண்டி வெங்கட்ரமணா வளாகம் இருக்கும். நகரத்தின் ஜன சந்தடியுள்ள அந்த இடத்தில் வாகனம் தினமும் இரண்டு மூன்று நிமிடங்களாவது நின்று போகும் நேரத்தில் இடப்பக்கம் இருக்கும் அந்தக் கட்டடத்தை ஆசை தீரப் பார்க்க முடியும். வாகனத்தில் முதலாளியோ, வாடிக்கையாளரோ, சக நண்பர்களோ யார் உட்கார்ந்து பேசிக்கொண்டிருந்தாலும் அவர்களிடமிருந்து கண் விலக்கி அந்தக் கட்டடத்தைப் பார்க்காமல் என்னால் இருக்க முடிவதில்லை.

பழைய கட்டடம். பராமரிக்கப்படாமல் தோல் உரிந்த ரணமாய்ச் சுண்ணாம்புப் பூச்சுக்கு உள்ளேயிருக்கும் உடம்பைக் காட்டிக்கொண்டு ஓரமெல்லாம் சிதலமாகி அந்தப் பிரதேசத்தின் திருஷ்டிப் பரிகாரம் மாதிரி நின்ற கட்டடம்தான். அந்தக் கட்டடத்தைப் பார்த்ததும் மனதில் எழும் இன்ப அதிர்வுகளில் கிழவனின் நினைவுகூட பின்னோக்கிப் போய்விடுகிறது.

நான் முதன் முதலில் வேலை பார்த்த அலுவலகம் அந்தக் கட்டடத்தில் இருந்தது காரணம். இருபத்து மூன்று வயதில் நிறையச் சந்தேகங்களோடும் பயத்தோடும் வெட்கத்தோடும் வேலை பார்த்த அந்த அலுவலகம் அதன் ஐந்தாம் மாடியில் இருந்தது. மின்சாரம் தாங்கிப் போகிற வயர்களை நிறுவ நிறுத்தப்படும் மகா பெரிய இரும்புத் தாங்கிகளைக் கட்டும் நிறுவனம். சம்பளம், பஞ்சப்படி, மருத்துவ அலவன்ஸ், பிரயாண பாட்டா, வீட்டு வாடகை அலவன்ஸ் என்று இரண்டும் மூன்றுமாய் எண்களைக் கூட்டி பர்ஸில் மடித்து வைக்கிற மாதிரி அளவான சம்பளம் வாங்கின வாழ்க்கை. என்றைக்காவது நான்கு எண்களைத் தொட்டால் சந்தோஷமளிக்கிற உலகம். சின்னப்பையன் என்பதாலோ என்னவோ அன்போடு அனுசரித்துப்போகிற ஜனங்கள்.

'இந்த ஸ்டேட்மெண்டை இன்னொரு தரம் கேல்குலேட் பண்ணிப் பாரு ராஜா' என்று குட்டுவது வலிக்காமல் சொல்லுகிற சீஃப் இன்ஜினியர் சொக்கலிங்கம். வியாழக்கிழமை லேடீஸ் கிளப்

மனைவிக்காகக் காத்திருக்கும் உயரதிகாரி பொருட்டு அன்றைக்கு அலுவலகத்திலிருந்து தாமதமாய்ப் போக உபாயம் சொல்லித்தரும் கணக்கர் ஈஷ்வரன் ஐயர். தப்புத்தப்பாய் ஆங்கிலத்தில் கடிதம் எழுதிவிட்டு அவனிடம் நைச்சியமாய் அதைப் படித்துப்பார்த்து சரிசெய்யச் சொல்லி அவரே டைப் அடிக்கிற ராமலிங்கம். அதற்குப் பரிசாக அவர் அவ்வப்போது வாங்கித்தருகிற ராத்மேன்ஸ். லேசான மது வாசனையுடன் அலுவலகம் வரும் சுவிங்கம் மெல்லும் பழனிச்சாமி. பிரபல சினிமா பாடல்களை எல்லாம் கெட்ட வார்த்தை போட்டு மாற்றிய வரிகளோடு பாடும் டிரைவர் கோவிந்தராஜன். நினைக்கும்போதே சந்தோஷமாய் ஜனங்கள்.

நீள நகங்களில் வர்ணப்பூச்சும், கையிடுக்கு வாசனையும் குறும்பான கண்களுமாய் பக்கத்தில் வந்து நின்று கைகளில் உரசும், என் பின்னாலேயே வீட்டுக்குக் கிளம்பும், சினிமா இருட்டில் துணிந்து என் கையைப் பற்றிக்கொண்டு படம் பார்க்கும் பானு நைபால் நிச்சயம் மறக்கவில்லை.

'சார், அவங்க கிருஸ்தவங்க சார்... உங்களை விட ஒரு வயசு பெரியவங்க' ஆபீஸ் பாய் நாராயணனும்.

அந்த ஐந்தாவது மாடியின் மூலையில்தான் எங்கள் அறை இருந்தது. காபி குடித்துக்கொண்டே அங்கேயிருந்து கீழே பார்த்தால் வர்ணம் பூசாத தகரத் தலையுடன் பல்லவர்கள், கார்களின் ஹாரன் கோபத்தைச் சட்டை பண்ணாமல் குறுக்கே ஓடும் பாதசாரிகள், சப்தத் துடிப்பாய் ஆட்டோ, தள்ளுவண்டி வாழைப்பழக்காரன், மைசூர்பாகு சதுரங்களாய் கார்கள். இதமான சாயந்தர வெயில் பரவ ரம்மியமாய்த் தெரியும் நகரம்.

மாற்றம் தேடாத என் மனநிலைக்குப் பன்னிரண்டு ஆண்டுகளுக்குப் பிறகு அங்கிருந்து விலகியதே ஆச்சரியம்தான். மனசில்லாமல்தான் போனேன். சொக்கலிங்கம்தான் கூட்டிப்போனார். 'மாறினாதான் ஒரு ஜம்ப் கிடைக்கும்' என்று அவர் இருந்த நிறுவனத்திற்குக் கூட்டிப் போனார். அங்கிருந்து அடுப்பு விற்கப் போய் அனுபவங்கள் சேர்ந்து, உழைப்பினால் உயர்ந்து, ஐம்பது வயதில் ரீ என்ஜினியரிங் என்ற அலுவலக அவஸ்தையில் அகப்பட்டுக் கிடக்கும் எனக்கு அந்த அலுவலகக் கட்டடம் சிக்கலில்லா வாழ்க்கையைத் தேடும் என் மனநிலையைப் பிரதிபலிப்பதுபோல அரதப்பழசாய் அதே இடத்தில் நின்று கொண்டிருக்கிறது. என் உலகமும் அதைத் தாண்டி விரிந்ததில்லை. அதற்காகப் பிரியப்பட்டதுமில்லை. அந்தப் பழைய கட்டடம்போல பொறுப்புகள் அதிகமில்லா வேலையில் நிம்மதியாய் இருந்திருக்கலாம் என்றுதான் தோன்றுகிறது.

சமீபகாலமாய் வெங்கட்ரமணா வளாகம் முன்னைப்போல் இல்லை. பரபரப்பாக இயங்கிய அந்தக் கட்டடத்தில் இப்போது யாரும் இருப்பதாகத் தெரியவில்லை. ஆங்காங்கே ஒன்றிரண்டு ஜன்னல்கள் மட்டும் திறந்திருக்கின்றன. பெரும்பாலான கதவுகள் அடைபட்டுக் கிடக்கின்றன. இருந்த அலுவலகங்கள் பளபளப்பான வேறு இடம் தேடி அந்த இடத்தைக் காலி செய்துவிட்டுப் போயிருக்க வேண்டும். காம்பௌண்ட் சுவரை ஒட்டிய இடத்தில் நின்றிருக்கும் கார்களின் எண்ணிக்கை குறைந்திருக்கின்றது. மீசை நரைத்த வாசல் கூர்க்கா இல்லை. அவனின் ஒற்றை ஸ்டூல் மரக்கூடு இல்லை. ஐந்தாவது மாடியில் என் பழைய அலுவலகம் இல்லை. சுற்றுவட்டத்துக் கட்டட வனப்புகளின் மத்தியில் நிற்கக் கூச்சப்பட்டுக்கொண்டு ஒடுங்கிப் போனதுபோல ஆரவாரம் ஒடுங்கி நிற்கிறது . பழைய நினைவுகளின் பாதுகாப்பில் இரண்டு நிமிடங்கள் சஞ்சலமில்லாமல் அமைதியாக இருக்கும் அனுபவம் தர, எனக்காக மட்டும் உய்வித்திருக்கிறதுபோல நின்றிருந்தது.

சின்னக் குலுக்கலோடு கார் கிளம்பிப் போனவுடன் கட்டடம் என் கண் வீச்சிலிருந்து பின்வாங்குகிறது. செய்தித்தாளின் செயற்கை உலகத்தை மறுபடி விரிக்கிறேன்.

எதிர்பார்த்த மாதிரி கடலூரில் வேலை அதிகமில்லை. இரவு ஷிஃப்டில் தூங்க முடியாதபடிக்கு பாய்லருக்குத் தண்ணீர் குறைவாகப் போவதை சதா அறிவித்து அலாரம் அடிக்கிறது என்று ஆபரேட்டர் கன்ட்ரோலர் செட்டிங்கை அதிகப்படுத்தி வைத்து மெல்ல அதிக அளவு தண்ணீர் நுழைந்து நீராவியோடு தண்ணீர் அதிகம் வெளியாகி அதன் இயக்கத்தைத் தற்காலிகமாய் நிறுத்திவிட்டது. அதை அவர்களுக்கு விளக்கி, ஒன்றுக்கு இரண்டு தடவையாய்ச் சரிபார்த்து, முதலாளிக்கு உத்தரவாதமும் எங்கள் செலவில் உயர்தர ஓட்டலில் தாக சாந்தியோடு வறுத்த கோழியோடு சாப்பாடும் தந்தபிறகுதான் விட்டார். காலையில் கிளம்பியதும் அதற்குக் காத்திருந்தார்போல் தண்டம் செல்லில் சிணுங்கி ‘வர்ற வழிதான, பாண்டிச்சேரி பக்கத்துல இருக்கற கிளையன்டை பார்த்துட்டு வந்துடுங்க’ என்று எங்கள் பயணத்தை நீட்டித்தார்.

திரும்பி வரும்போது கிருஷ்ணர் வீட்டுக்கு விஜயம் செய்துவிட்டு, கொஞ்சமாய் வெல்லச்சீடையையும் தட்டையையும் காலி செய்து விட்டுப் போயிருந்தார்.

பூபதியோடு பிரயாணத்தில் பேசிப் பேசி என் அளவு இல்லா விட்டாலும் அவனும் வெறுத்துப்போயிருக்கிறான் என்பது சமாதான மாக இருந்தது. அவனுக்கு இன்னும் வயது இருக்கிறது. வேற

நிறுவனம் போக மனசில் தெம்பு இருக்கிறது. 'உங்க அனுபவத்துக்கு நீங்க ஜி.எம் லெவல்ல வேற எங்கியாவது போகலாம் சார். இங்க கெடந்து சாவுறீங்க. எஸ்.ஏ.பி பண்ணுங்க சார். டொமைன் நாலெட்ஜ் வைச்சிகிட்டுப் பிச்சி உதறலாம் சார்.' உள்ளே போன கல்யாணி அவனை உளறவைத்தது. என் பயம் கல்யாணி முழுங்கியும் விலகவில்லை.

திரும்பிவந்து, நான் போயிருக்க வேண்டிய அவசியமே இல்லை என்று விளக்கிச் சொல்லி, ஆர்டர் பிடித்து பாய்லர் நிறுவுவது தவிர இந்த மாதிரி பராமரிப்புச் சிக்கல் அழைப்புகளுக்கெல்லாம் நான் போக முடியாது என்று நாசூக்காய் நான் முறையிட்டதைக் கிழவன் ஏற்றுக் கொள்ளவில்லை. பராமரிப்பு வேலைகளையெல்லாம் பார்த்துக் கொண்டிருந்த சபேஸ்டியன் வேலையை விட்டு விலகிய சூழலில் நான்தான் அவர் பொறுப்பையும் சேர்த்துப் பார்க்கவேண்டும் என்று நிர்தாட்சண்யம் இல்லாமல் சொல்லிவிட்டான்.

வெங்கட்ரமணா சென்டர் என் மனநிலை மாதிரி இன்னும் மோசமாகிக் கொண்டிருந்தது. வருடக்கணக்கில் அங்கே நின்றிருக்கிற அலுப்பை உணர்ந்ததுபோல பரிதாபமாய் நின்று கொண்டிருந்த கட்டடத்தைப் பராமரிக்காமல் நிறுத்திவிட்டார்கள் என்று தோன்றியது. பக்கவாட்டில் புழு ஊர்கிறதுபோல இறங்கிய கழிவு நீர் போகும் குழாய்கள் பாசி பிடித்து அதன் வழியாகக் கசிந்த நீரினால் அதன் சுவர்கள் அருவருப்பாய் நின்றன. திறந்திருந்த ஒன்றிரண்டு ஜன்னல்களும் மூடியிருந்தன. கட்டடத்தைச் சுற்றித் துப்புரவு செய்து என்னமோ முஸ்தீபு செய்திருந்தார்கள். வெள்ளை அடிக்கிறார்களோ இல்லை பழுது பார்க்கப்போகிறார்களோ.

தண்டம் அந்த வாரம் புதுசாக ஒரு கெடுபிடி கொண்டுவந்தான். ஆட்குறைப்பு நடவடிக்கை தீவிரமாக்கப்பட்டு எல்லா மேல் அதிகாரிகளையும் தங்களது துறைகளில் வேலை பார்க்கும் அலுவலர்களின் விவரம், அவர்களின் மதிப்பீடு எல்லாம் கேட்டு, அவர்களைத் தகுதி வாரியாய் வரிசைப்படுத்தித் திறமை குன்றியவர் களையும், அவர்களது வேலைப் பளுவைச் சுமக்கக்கூடிய திறமை மிக்கவர்களையும் கணிக்கும் சங்கடமான வேலைக்கு எங்களைப் பணித்தான். படிப்படியாய் அந்த மதிப்பீடு மேலே போய், யார் வேண்டுமானாலும் நீக்கப்படலாம் என்ற உணர்வை அலுவலகம் முழுக்கப் பரப்பினான். ரிவ்யூ மீட்டிங் என்று அலுவலகம் பூரா அநாவசியத்துக்குக் கூட்டி வைத்து, கடந்த மூன்று மாதங்களின் உற்பத்தி, விற்பனை, செலவு நிலவரங்களை அலசி வழக்கம்போல் எல்லாரையும் காய்ச்சினான். இருபது பேர் எதிரில் தீக்ஷித்தைத் திட்டினான். தீக்ஷித் என்னைவிட ஐந்து வயது அனுபவம் மிக்க

பொறியாளர். அவர் நிலையில் நான் நிற்பதாய் நினைத்துப்பார்க்க, குளிர்சாதனித்த அறையிலும் எனக்கு வியர்த்தது.

கிழவன், என்னையும் சூர்யபிரகாஷையும் வார இறுதியில் பெங்களூருக்கு விரட்டினான். அங்கிருக்கும் பன்னாட்டு மருந்து நிறுவனத்திற்குத் தண்ணீர் சுத்திகரிப்பு நிலையம் ஒன்றை நிறுவ வேண்டிய சாத்தியக்கூறுகளை ஆராய. சூர்யா அவன் ஆள். என்னைக் கண்காணிக்கவும் என்னிடமிருந்து வேலை கற்றுக்கொள்ளவும் நியமிக்கப்பட்டவன். திரும்பிவரும்போது வேலை இருக்குமா என்ற மனது அடைத்த பயத்தில் கிங் ஃபிஷரும், பிசி பேளாவும், வெல்லம் போட்ட ரசமும் ரசிக்காமல் பெங்களூர் முழுக்க தண்டம் பின்னாலே வந்து துரத்தினான்.

பெங்களூர் பயணக்களைப்பு முழுவதும் தீராத அந்த வாரத் தொடக்க அலுவலகப் பயணத்தில் சிக்னல் காட்சியின் அதிர்ச்சியில் கைபேசி பேச்சு நின்றுபோனது. ஏராளமான ஆட்கள் இயங்கிக் கொண்டிருந்தார்கள். வெள்ளையடிக்க இல்லை. கடப்பாரையும் மண்வெட்டியும் சட்டியுமாய். இருதயமே இல்லாத ஓர் இயந்திரம் அதன் ஒற்றை ஆக்ரோஷ இரும்புக்கரத்தால் அதன் சுவர்களை முட்டித் தள்ளிக்கொண்டிருக்க, விழுந்த சுவர்களைப் பெயர்த்தெடுத்துச் செங்கல் செங்கலாய்ச் சில வேலையாட்கள் விலக்கிக்கொண்டிருக்க இன்னொரு கோஷ்டி கதவு ஜன்னல்களைச் சேகரித்து வைத்து மிச்சமிருப்பதைத் தூசி பறக்க உடைத்துக்கொண்டிருந்தார்கள். உதிர்ந்ததை மண்வெட்டியில் வாரியெடுத்து அப்புறப்படுத்திக் கொண்டு இன்னும் கொஞ்சம் பேர். முதல் நான்கு மாடிகள் காணாமல் போயிருந்தன. அடுத்ததைக் கொத்திக்கொண்டிருந்தார்கள். வெங்கட்ரமணா சென்டர் துகள் துகளாய் உதிர்ந்து கொண்டிருந்தது. எல்லாவற்றையும் அள்ளி வாரிக்கொண்டு போகப் பிண வண்டியாய் ஒரு லாரி.

‘பூனால ஒரு ஸ்பின்னிங் மில் மல்டி ஃப்யூயல் பாய்லர் கேட்டு என்கொயரி அனுப்பியிருக்காங்க. மும்பை கம்பெனிகள் காம்பெட்டிஷன் இருக்கும். நாம மல்டி ஃப்யூயல் சொல்யூஷன் இதுவரைக்கும் பண்ணதில்லை. ஜாக்கிரதையா அப்ரோச் பண்ணணும்... கேட்டுக்கிட்டு இருக்கியா?’

‘எஸ் சார்.’ ஒரு பெரிய சுவர் பெயர்ந்து தொப்பென்று தூசி கிளப்பியபடி இதயத்தில் விழுகிறது. எனக்குள்ளே ஒரு சோகம் கவ்விக்கொண்டு உள்ளுக்குள் மெல்லப் படர்கிறது.

மும்பையின் குப்பையும் சப்தமும் இல்லாமல் இயற்கையும் இந்தியும் மட்டும் எதிரொலிக்கும் பூனா ரம்மியமாய் இருந்தது. அந்தப்

பன்னாட்டு நிறுவனத்தின் ஜெர்மானிய அதிகாரி, அவன் சகாக்கள் துணையில் ரொம்ப விரோதமாய் என்னைக் கேள்விகளால் குடைந்தார். சொல்லும் ஒவ்வொரு சமாசாரத்துக்கும் ஆதாரம் எதிர்பார்த்தார். எரிபொருள் விலை குறித்த என் வருங்காலக் கணிப்பிற்கு உலகப்பொருளாதாரச் சூழல் சார்ந்து வெற்றாய் விவாதம் செய்தார். ரொம்ப சண்டி. அவர்கள் தொழிற்சாலையைச் சுற்றிக்காட்டிச் செய்யவேண்டிய மாற்றங்கள் என்ன என்று என்னைப் பேசவிட்டு மௌனமாய் என்னை எடைபோட்டார்.

முதல் நாள் முடிந்ததும் ஆக்ரோஷம் தணிந்து இரண்டாம் நாள் கொஞ்சம் சிநேகமாய்ப் பேசினார்கள். ஒட்டுமொத்தமாய் எங்கள் தலையில் கட்டும் அவுட் சோர்சிங் ஒப்பந்தம் கேட்டார். அஃது எங்களுக்கும் அவர்களுக்கும் நெடுங்கால நட்புக்குக் குந்தகம் விளைவிக்கும் என்று இதமாய்ப் புன்னகையுடன் நழுவினேன். ஆணித்தரமாய் ஆனால் பணிவாகவும் விவாதிக்க வேண்டியிருந்தது. இதுபோல வெற்று விஷயங்களில் ரொம்பப் பிடிவாதம் பிடித்தால் அவர்கள் கிட்டத்தட்ட முடிவு செய்துவிட்டார்கள் என்று அர்த்தம். இதுபோல ஆட்களை என் வாழ்நாள் முழுக்கப் பார்த்திருக்கிறேன். எரிபொருள் சிக்கனத்தில் அவர்கள் மிச்சம்பிடிக்கப் போகும் வருமானத்தை எடுத்துச் சொல்லி, அதன் மூல முதலீட்டைத் திரும்பப் பெறப்போகும் பே பேக் பீரியட் பற்றிச் சிலாகித்து விற்கப்போகும் கருவியில் எங்களுக்கு இருக்கும் லாபக்கணக்கை அவர்கள் உணராதபடிக்குச் செய்யும் என் வியாபாரத் திறமையை அவன் மௌனத்தால் அங்கீகரித்துவிட்டான் என்று எனக்குத் தெரியும்.

ப்ரைட் ஹோட்டலில் இரவு விஸ்கியின் கிறக்கத்தோடு ஜெர்மானியன் கொஞ்சம் நண்பனாகிப்போனான். அலுவலகத்துக்கு வெளியே அவ்வளவு பிடிவாதக்காரனாய் இல்லை. மூன்று பெக்குக்கு அப்புறம் என் படிப்பு, உத்தியோக அனுபவம் எல்லாவற்றையும் கேட்டான். எதற்குக் கேட்கிறாய் என்று கண்ணால் கேட்டால், சும்மா தெரிஞ்சிக்கதான் என்று நாலாவது பெக்குக்கு ஆர்டர் செய்தான். அவர்கள் முடிவெடுக்க இன்னும் ஒரு வாரம் ஆகும் என்று என் கையெல்லாம் வலிக்கக் கை குலுக்கிவிட்டுப் போனான். அவன் உடம்பு மொழியில் கான்ட்ராக்டை எங்களுக்குத்தர முடிவு செய்து விட்டதை நான் உணர்ந்துகொண்டேன். அறைக்குப் போய் உறக்கம் பிடிக்காமல் ‘ரென்’ சானில் சினிமா பார்க்கற சமயத்தில் தீக்ஷித் ராஜினாமா செய்துவிட்டதாய் ராமபத்திரன் ஃபோன் செய்து சொன்னார். இன்னும் நான்கைந்து பேர் தயாராய் இருக்கிறார்கள் என்றார்.

பூனாவிலிருந்து திரும்ப வந்து அலுவலகத்துக்குக் கிளம்பிய திங்கள் தினப் போக்குவரத்து நெரிசலில் வாகனம் மெல்லதான் நகர்ந்தது. நான்

எதிர்பார்த்ததுதான் என்றாலும் அன்றைய ஏமாற்றத்தை என்னால் தாங்கிக்கொள்ள இயலாது என்றுதான் தோன்றியது. ஒரு வாரத்துக்கு முன்பு தலை கொய்த முண்டம் மாதிரி நின்றிருந்த கட்டடம் அன்றைக்கு இன்னும் சில மாடிகள் இழந்து சிதைந்து போய்த் தரைக்கு அருகில் நிற்கலாம். சிக்னலுக்கு வெகு தொலைவிலேயே நெரிசலில் மெல்ல நகர்ந்து வந்த வாகன வரிசையிலிருந்து பார்க்கையில் பக்கவாட்டில் கொஞ்சமாய் நீண்டிருக்கும் வெங்கட்ரமணா சென்டரின் முகப்பு தெரியாமல் காணாமல் போயிருந்தது. என் கார் ஊர்ந்து வந்து அதற்கு எதிராய் நிற்கும்போது அந்த வெறுமையின் அதிர்ச்சி என்னைத் தாக்கியது ஒரு கணம்தான்.

அந்த இடத்தில் ஒரு கட்டடம் இருந்த சுவடே தெரியாமல் துப்புரவாக்கப்பட்டு அந்த இடமே வெறிச்சோடிப்போய் ஒரு பூதாகரமான இழப்பு என் மனதில் வெடித்து நீண்ட அந்தக் காட்சியின் இறுதியில் இன்னொரு காட்சி தெரிந்தது. அந்தக் கட்டடம் தொலைந்துபோன இடைவெளியில் அதற்குப்பின்னால் இருந்த பின் பகுதி பளிச்சென்று கண் முன்னே விரிந்தது. பசுமை கவியும் செடிகளும் மரங்களுமாய்த் துவங்கி, கூட்டம் கூட்டமாய்த் தென்னை மரங்கள் உயர்ந்து விரிந்த அந்த அழகிய பிரதேசத்தின் பாதித் தூரத்தில் ஒரு கோயில் தெரிந்தது. அதன் கோபுரம் சிவப்பு, பச்சை, நீலம் என்று வர்ணமயமான தீற்றல்களோடு அந்தப் பசுமைக்கு இடையே ஒளிர்ந்து கொண்டு, சின்னச் சின்னச் சிலைகள் கோபுரத்தின் பக்கங்களில் அணிவகுக்க அதன்முடிவில் செப்புக் கலசம் பொருத்தி அந்தப் பிரதேசத்தின் பாவங்களை மன்னிக்கிற குட்டி தேவதை மாதிரி அற்புதமான அழகுடன். விறைப்பாக நின்றிருக்கும் கட்டடங்களுக்கு இடையில் காலைச் சூரியனின் உக்கிரத்தை உள்வாங்கிப் பிரதிபலித்த படி காற்றில் அசையும் தென்னங்கீற்றுகளால் விரியும் காட்சி மெல்ல மனதை வருடுகிறது. எப்போது கட்டியது... எத்தனை நாளாய் இருக்கிறது? அந்தக் கட்டடத்தின் பின்னால் அப்படி ஒரு சௌந்தர்யம் விரிந்திருக்கிற உணர்வு கூட இல்லாமல் எத்தனை நாள் இதன் வழியாய்க் கடந்து போயிருக்கிறேன். கான்கிரீட்டுக் காளான்களாய்ப் பரவியிருந்த அந்தப் பிரதேசத்தின் மௌனமான பின்பலம் போல நின்ற அந்தக் காட்சியும் அந்த உலகமும் இத்தனை நாட்களாய்க் கண்ணில் படவில்லை. இருப்பதை அறிவிக்கிறமாதிரி மணி அடிக்கிறது. அத்தனை நாள் கேட்காத மணி ஓசை இரைச்சலான போக்குவரத்துச் சப்தத்தையும் மீறி மனதில் பரவுகிறது. சிலிர்த்துப் போகிறது. பச்சை விளக்கு ஒளிர்ந்து வாகனம் விரையும்போது அந்தக் காட்சியை விட மனசில்லாமல் கழுத்தைத் திருப்பிப்பார்த்தபடி தொடர்கிறேன். பிரமிப்பு நீங்காமல், அந்தக் காட்சி ஏற்படுத்திய அதிர்வுகளால் மனதில் பரவுகிற உணர்வுகளை உற்சாகமாய் அசைபோட்டபடி...

இப்பவும் அந்த இடத்தைக் கடக்கும்போதெல்லாம் பேப்பரைக் கீழே வைத்துவிட்டு வேடிக்கை பார்க்க ஆயத்தமாய் இடப்பக்கம் திரும்பி உட்காருகிறேன். பளிச்சென்று விரியும் அந்தக் காட்சியின் அழகில் என் பழைய நினைவுகள் என்னை ஆட்கொள்வது சொற்ப நேரம்தான். அலையாய் அந்தப் பிம்பம் மனதில் அடித்து ஓய்ந்ததும் புதிய காட்சியின் பரவசம் அதை மெல்ல மறக்கடிக்க வைக்கிறது. அந்த இடத்தில் வேறு எதாவது கட்டடம் கட்ட ஆரம்பித்துவிடக்கூடாதே என்ற வருத்தம் தொடர்ந்தாலும் இந்தக் காட்சியும் நிரந்தரமில்லை என்று மனது தெளிந்துவிட்டது.

சொன்னேனா? இப்போது நான் கோதண்டராமன் நிறுவனத்தில் இல்லை. வேலையை விட்டுவிட்டேன். இவ்வளவு அனுபவத்துக்குப் பிறகு பிறத்தியாரிடம் கை கட்டி வேலை செய்வதாவது என்று ஷக்தி சொல்யூஷன்ஸ் என்று ஒரு நிறுவனம் தொடங்கிவிட்டேன். நான் இப்போது ஒரு எனர்ஜி சேவிங் கன்சல்டன்ட். என் மடிக்கணினியை பவர் பாயிண்டில் இயக்கிக்கொண்டு நான் பரிந்துரைக்கும் மாற்று உபாயத்தின்படி நீங்கள் நிறுவவேண்டிய கருவிகளையும் அதனால் மிச்சம் பிடிக்கப்போகும் கோடிகளையும் லாகவமாய் எடுத்துரைப்பவன். மாற்று எரிபொருள் கிடைக்கும் இடங்கள், தருவிக்கும் தரகர்கள், அதன் விலை எல்லாவற்றையும் என் உள்ளங்கை கணினியில் வைத்திருப்பவன். வங்கிக்கடன் பெற்றுத்தர வங்கி அதிகாரிகளைக் கைபேசி அழுத்தலில் எட்டுபவன். மாசு கட்டுப்பாடு வாரியம், தொழிற்துறை சம்பந்தப்பட்ட அதிகாரிகள் நான் கூப்பிட்டால் 'சொல்லுங்க அண்ணே' என்று முகம் மலர்கிறார்கள். வாரத்தில் பாதி நாள் பூனா, பெங்களூர், டெல்லி என்று விமானத்தில் சுற்றுகிறேன். மாநிலத்தின் மிகப்பெரிய தொழில் நிறுவனங்கள் என்னை ஆலோசகராக நியமித்திருக்கிறார்கள். எரிபொருள் சிக்கனத்தால் உலகம் பூராவும் ஏற்படவேண்டிய மாற்றங்கள் குறித்து நான் எழுதிய கட்டுரை கடந்தவாரம் ஹிண்டுவில் வந்திருக்கிறது, படியுங்கள். நகரத்தின் பிரதான வியாபார ஸ்தலத்தில் சின்னதாய் அலுவலகம் திறந்திருக்கிறேன். வாருங்களேன்... அந்தப் பக்கமாய் வந்தால் அலுவலகத்துக்கு வந்து பார்த்துவிட்டுப் போங்களேன்.

ஆனந்தவிகடன், தீபாவளி மலர் - 2004

போக்குவரத்து

சாலை பராமரிப்போ, விபத்தோ, நகரத்தின் அவசர சுபிட்சத்தில் பெருகிவிட்ட வாகனங்களின் சுமையோ, சாலை ஸ்தம்பித்து நின்று விட்டது. எரிச்சலூட்டும் வாகன வரிசை. பதினைந்து நிமிடங்களாக நகரமே இயங்க முடியாதபடி முடக்கப்பட்டதுபோல நிற்கிறது.

முன்பக்கக் காரின் பிருஷ்டத்தையே பார்த்தபடி எவ்வளவு நேரம் காத்திருப்பது? டாஷ் போர்ட் ஒட்டிய அறையைத் திறந்து உள்ளே இருந்த உறை கழன்ற காசெட்டுகளை அதனதன் உறைகளுக்குள் போட்டாயிற்று. கியருக்குப் பக்கத்தில் சின்னச் சின்னத் தடுப்புகளில் இறைந்து கிடந்த சில்லறைகளை அடுக்கி வைத்தாகிவிட்டது. அந்த அமைப்பு சில்லறைக் காசுகளை வைக்கதான் என்று அன்றைக்குதான் உணர்ந்துகொண்டேன். டிஷ்யூ காகிதத்தால் கண்ணாடியைத் துடைத்தாயிற்று. துடைத்த கண்ணாடியில் என் மூக்கின் சின்னக் கறுப்புப் புள்ளிகளையும் மீசை நரைகளையும் விசாரித்தாகிவிட்டது. போக்குவரத்து நெரிசலில் சிக்கிக்கொண்ட ஒருவன் செய்யவேண்டிய அத்தனை காரியங்களையும் செய்து முடித்து முன்னால் நின்ற காரில் அமர்ந்திருந்த இளைஞர்கள் போல் செல்பேசியில் யாருடனாவது பேச விருப்பமில்லாமல் உட்கார்ந்திருந்தேன்.

பக்கத்துக் காரில் கணவன் மௌனமாகக் கேட்டுக்கொண்டிருக்க ஓயாமல் பேசும் அலங்கார யுவதியை எட்டாவது முறையாகப் பார்த்துச் சலித்துத் திரும்புகிறேன். அவளும் சொல்லி வைத்தார்போல என் பக்கம் திரும்பிப் பார்த்துக் கண்கள் சந்தித்ததும் அந்தப் பக்கம் திரும்பிக்கொள்கிறாள். யுவதியின் வாகனத்துக்கு முன் பக்க வாகனத்து ஆசாமி பத்து நிமிடமாய் மூக்கில் விரல் விட்டுத் தேடிக்கொண்டு அதற்குமேலும் மூக்கில் இடம் இல்லாததால் இருக்கையில் சரிந்து அமர்ந்துவிட்டார். இருக்கும் குளிர்சாதனத்தைக் கூட்டுகிறேன். இடதுபக்கம் எனக்குச் சமமாக நிற்கும் மோட்டார் சைக்கிள்காரன் என்னை முறைத்துப் பார்த்துக்கொண்டிருக்கிறான். அந்தச் சுட்டெரிக்கும் வெயிலில் அவன் ஹெல்மெட் தலையின் வியர்வை

கசகசப்பில் காருக்குள்ளே டை கட்டிக்கொண்டு ஏசி சௌகர்யத்தில் சலித்துக்கொண்டிருக்கும் என்னை எரிச்சலாகப் பார்க்கிறான். சட்டை பட்டன்களை அவிழ்த்து வியர்வை பனியன் ஆட்டோக்காரர் பெட்ரோல் சேமிக்க இஞ்சினை அணைத்துவிட்டு தினசரியை மேய்ந்து கொண்டிருக்கிறார்.

ஸ்டீரியோவில் கேட்ட பாட்டு மூன்றாம் முறையாகத் திரும்ப வந்து அலுப்பூட்டியது. இடதுபக்கம் மண் சாலை பாதியாய், சிதிலமான சிமென்ட் தரை பாதியாய் விரிந்த நடைபாதையில் பாதாளச் சாக்கடையின் மூடியிலிருந்து தண்ணீர் கசிந்து உருவான சின்னக் குட்டைக்கு அருகே கவர்ச்சி அட்டைப் பத்திரிகைத் தோரணம் கட்டிய கடை அருகில் அந்தக் காட்சியைச் சற்றுத் தாமதமாய்தான் கவனித்தேன்.

அவர்கள் இருவருக்குள் என்னமோ பிரச்சனை. கைக்குழந்தையை இடுப்பில் வைத்துக்கொண்டு மாராப்பு சேலை விலகியது பற்றிக் கவலைப்படாமல் திரண்ட மார்பகங்கள் குலுங்கியபடி அந்தப் பெண்மணி கந்தல் சட்டையும் அழுக்குத்தலையுமாய் இருந்த அந்த ஆடவனுடன் என்னமோ வாக்குவாதம் செய்துகொண்டிருப்பதன் கோபம், கார் ஸ்டீரியோவின் மென்மையான சங்கீதத்தை மீறிக் கேட்கிறது. அவன் முகத்தருகே கையை நீட்டி நீட்டிப் பேசி அவள் ஆக்ரோஷமாகச் சண்டையிட்டுக்கொண்டிருக்கிறாள். அந்த ஆள் அதைப் பொருட்படுத்தியது போலவே தெரியவில்லை. அவனின் தொங்கிய தலையும் உட்கார்ந்திருந்த நிலையும் அவன் குடித்திருக்கலாம் என்று தெரிவிக்கிறது. அவள் கோபத்தின் காரணத்தை அறிய என் காரின் கண்ணாடியை இறக்குகிறேன். கண்ணாடி இறங்கியதும் வாகனங்களின் உறுமல்கள் சட்டென்று காதை அடைக்கின்றன. அதோடு அந்தப் பெண்மணியின் கெட்ட வார்த்தைகள் உள்ளே ஒலிக்கின்றன. தகிக்கும் வெப்பம் காரின் உட்புறம் பரவ அவசரமாகக் கண்ணாடியை ஏற்றுகிறேன்.

அவன் காசு தராமல் குடித்துவிட்டு அவளை இம்சிப்பவனாகவோ, வேறு எவளுடனோ சகவாசம் வைத்துக்கொண்டிருப்பவனாகவோ இருக்கலாம். அவ்வளவு கெட்ட வார்த்தையாடலின் தீவிரத்தில் அதுதான் தோன்றியது. அவர்கள் சண்டை இன்னும் ஓரிருவரின் கவனத்தை ஈர்த்து, வலதுபக்க அலங்கார யுவதியும் பேசுவதை நிறுத்திவிட்டு அவர்கள் பக்கம் கவனமாய் இருந்தாள்.

கொஞ்சநேரம் கேட்டுக்கொண்டிருந்த குடிகாரன் பொறுமை தீர்ந்து போய்ப் பதிலுக்கு ஏச ஆரம்பிக்கிறான். சண்டை போட ஆரம்பித்ததும் அவன் அவ்வளவு ஒன்றும் போதையில் தடுமாறுகிறவனாகத் தெரியவில்லை. அந்தப் பெண்ணுக்குச் சாதகமாய் இன்னொரு

பருமனான பெண்மணி வந்து அவள் பக்கம் பலம் அதிகரித்துச் சண்டை வலுத்துவிட்டது. கைக்குழந்தை வீறிட்டு அழுகிறது.

எனக்கும் என் வலது பக்கக் காருக்கும் இடையே ஒரு நபர் மட்டும் புகக்கூடிய சிறிய இடத்தில் ஆட்டோ தன் மூக்கை நுழைத்துக்கொண்டு முன்னேறி வந்து நின்றது, இரண்டு இளம் பெண்களுக்கு இடையே வந்து நிற்கும் திமிரான ஆடவன்போல இரண்டு பளபள உடம்புக் கார்களுக்கு இடையே. கார் கண்ணாடியின் கான்வெக்ஸ் நெருக்கத்தில் ஆட்டோ காரின் மேல் இடித்தது போலவே தெரிகிறது. நான் திரும்பி ஆட்டோ கண்ணாடியின் பின் நிழலாடும் உருவத்தை முறைத்தேன். அவன் அதுபற்றிக் கவலைப்பட்டதாகத் தெரியவில்லை. என் வலதுபக்கக் கார்க்காரரை என் கோபத்திற்குத் தார்மீக ஆதரவு வேண்டி உற்றுப் பார்க்கிறேன். அவர் அந்த அத்துமீறலில் கோபம்கொள்ளாமல் இடித்தால் இடித்துவிட்டுப் போகட்டும் என்பதுபோல உட்கார்ந்திருந்தார். அவர் அலுவலகம் தந்த வாகனமாய் இருக்க வேண்டும். வாய்க்குள் ஆட்டோக்காரரைத் திட்டியபடி கார் தனிமைக்குத் திரும்பினேன்.

குடிகாரன் மூர்க்கமடைந்திருந்தான். அவனுக்கு ஆயுதம் கிடைத்து விட்டது. கல்லையோ, சாலையோரம் கிடந்த மரக்கட்டையோ எடுத்துக்கொண்டு அவளை மிரட்டுவது தெரிகிறது. அவள் குழந்தையை நடைபாதை ஓரம் அழுகையினூடே கிடத்திவிட்டு அவனை முழுமூச்சோடு எதிர்கொள்கிறாள். துணைக்கு வந்த பெண்மணி ஆயுதத்துக்குப் பயந்தோ என்னவோ சற்றுத் தள்ளி நின்றுகொண்டு கூக்குரலிடுவதோடு நிறுத்திக்கொண்டாள். அனர்த்தமாய் ஒலிக்கும் மகாராஜபுரத்தின் தேவகாந்தாரியை நிறுத்தி விட்டு அவர்களைக் கண்காணிக்கிறேன். நடைபாதைக் கடை அருகில் இருக்கும் சிலர் அந்தக் களேபரத்தை அவ்வளவாகப் பொருட் படுத்தாமல் நிற்கிறார்கள். அந்தச் சண்டை அங்கே அடிக்கடி நடக்கும் சங்கதியாய் இருக்கலாம். இல்லை இவர்கள் சண்டையில் சமரசம் செய்வித்து ஒன்றும் ஆகப்போவதில்லை என்று அனுபவ ரீதியாய் உணர்ந்தவர்களாய் இருக்கலாம்.

போக்குவரத்து ஸ்தம்பித்த அந்த இடம் சட்டென்று உற்சாக மடைகிறது. வாகனங்கள் அதிதீவிரமாக ஒரே சமயத்தில் ஒலி எழுப்புகின்றன. ஆட்டோக்கள் கைவிசையின் இழுப்பில் உயிர்பெற்று உறுமுகின்றன. மோட்டார் சைக்கிள்கள் உதைபடுகின்றன. முடுக்கப் பட்ட இன்ஜின்களால் பெட்ரோல் புகை சூழ்கிறது. சிக்னல் விழுந்திருக்கவேண்டும். சாலையின் தொடக்கத்தில் வாகனங்கள் மெல்ல நகர்வது தெரிகிறது. அதற்கு இப்போதே ஆயத்தமாகி வாகனங்கள் கியருக்கு மாறி முன்னால் நிற்கும் கார்களின் இரண்டு அடி

இடைவெளியையும் ஆக்ரமிக்க முன்னேறுகின்றன. ரௌடி ஆட்டோ முகர்ந்து பார்க்க நெருக்குகிறார்.

அவள் நிலைமை மோசமாகிவிட்டது. குடிகாரன் கையில் அவள் கூந்தல் வசமாய்ச் சிக்கியிருக்கிறது. வலது கையால் அவளை அடித்து விடுவேன் என்கிறதுபோல மிரட்டிக்கொண்டிருக்கிறான். குழந்தை வீறிட்டுக்கொண்டிருக்கிறது. அவன் தன் கையின் கூரிய ஆயுதத்தாலோ முஷ்டியாலோ அவளை அடிப்பது தெரிகிறது. அவள் தப்பியோட யத்தனித்து அவன் கையில் சிக்கியிருக்கும் கூந்தலை விடுவிக்கப் போராடிக்கொண்டிருக்கிறாள். இலக்கில்லாமல் கையை வீசுகிற விதத்தில் அவள் மேல் அடி படாமல் தப்பித்துக்கொண்டிருக்கிறாள்.

என் பின்னால் இருக்கும் வாகனம் உரக்க ஒலி எழுப்புகிறது. அப்போதுதான் கவனிக்கிறேன். என் முன்னே நின்ற கார்கள் நகந்துபோய் இடைவெளி அதிகமாகி ஆட்டோக்களும் மோட்டார் சைக்கிள்களும் அந்த இடுக்கில் புகுந்து முன்னேறிக் கொண்டிருக்கிறார்கள். நான் கியருக்கு மாற்றி மெல்ல நகர்ந்து கொண்டே தலையைத் திருப்பிக் கவனிக்கிறேன். அவர்கள் போராட்டம் உச்சகட்டம் அடைந்திருந்தது. அடி பட்டதாலோ என்னவோ அவள் தரையில் கிடக்கிறாள். இருவரும் தரையில் கிடந்து போராடிக்கொண்டிருக்கிறார்கள். இடப்பக்கம் முந்த வரும் மோட்டார் சைக்கிள்களால் என் இடது புறக் கண்ணாடியில் அந்தக் கைக்குழந்தை தெரியாமல் மறைக்கிறது. குடிகாரன் அவள் மேல் உட்கார்ந்திருக்கிறான். அவள் கீழே இருக்க நகரமுடியாதபடி குடிகாரன் அவள் மேல் படர்ந்து அவள் கழுத்திலேயோ மார்பிலேயோ கை வைத்து அழுத்திக்கொண்டிருக்கிறான்.

என் பின்பக்கப் பச்சைக் கார் மிகுந்த சினத்துடன் ஹாரனில் கை வைத்துத் தொடர்ச்சியாக அடித்துத் தன் அதிருப்தியை வெளிப் படுத்துகிறான். நான் எரிச்சலுடன் திரும்பி அவனை முறைக்கிறேன். அவன் ஆத்திரத்துடன், 'போயேண்டா, என்ன வேடிக்கை பார்த்துகிட்டு இருக்க' என்று கைகளால் கோபிக்கிறான். காரின் வேகத்தைக் கூட்டுகிறேன். இடது பக்க வெளிப்புறக் கண்ணாடி வழியாக அவர்கள் போராட்டம் கொஞ்சமாகத் தெரிந்து மறைந்து போகிறது. விளக்கு பச்சையாய் மனம்மாறிய சந்தோஷத்தில் வாகனங்கள் வேகமாய் விரைகின்றன.

விரைவாகச் செல்கிறது வாகனம். அந்த இடத்தைத் தாண்டி வந்து விட்டேன். நீண்ட நேரமாய் அடைபட்ட சாலைக்குச் சலுகை தந்து போலீஸ்காரர்கள் பச்சை விளக்கைத் தொடர்ச்சியாய் எரியவிட்டு ஊதலால் ஊதி போக்குவரத்தை விரைவு படுத்துகிறார்கள். உஷ்ணம்

நெற்றியைத் தாக்க, குளிர்சாதனத்தைக் கூட்டுகிறேன். அந்தப் பெண் விடுபட்டாளா இல்லையா என்று மனதுக்குள் கேள்வி எழுந்தவண்ணம் இருக்கிறது. என்ன நடந்ததென்று தெரிந்துகொள்ள முடியாமல் பின்பக்க கார்க்காரன் விரட்டிவிட்டான். கண்ணாடியில் இன்னொரு முறை அவனை வெறுப்போடு பார்க்கிறேன்.

பச்சைக் கார் வலதுபக்கம் ஒடித்து என் காரை விஞ்சும் உத்தேசத்தில் விரைகிறான். கண்ணாடியில் அவனைக் கவனித்துக்கொண்டே வந்து அவனின் எண்ணத்தை முறியடிக்கும் வெறியில் இன்னும் விரைவாக வாகனத்தைச் செலுத்தி வலது பக்கம் திரும்பி அவன் பாதையை ஆக்ரமித்துக்கொள்கிறேன். இயல்பாக அது நடந்ததுபோல வாகனத்தை அலட்டாமல் ஓட்டுகிறேன். அவன் இன்னொரு முறை அழுத்தமாய் ஒலி எழுப்பி ஹாரனால் திட்டுகிறான். நான் கண்ணாடியில் அவன் காரைப் பார்த்து 'போடா நாயே...' என்றேன் ஆத்திரத்தில்.

ஆனந்தவிகடன், செப்டம்பர் 2004

மருந்து

மாவுக் கலவையுடன் ஒட்டாத தண்ணீர்த்துளிகள் பட்டு எண்ணெய் வெடிக்கிறது. வாணலிப் புகை சூழும் சமையலறையின் மேற்குப்பக்க ஜன்னல் கதிர்கள் உஷ்ணத்தை அதிகரித்து இருமல் கமறச்செய்கிறது. உருளியில் எரிமலைக்குழம்பாகப் புளிக்காய்ச்சலை மூடி வைத்தாள். தண்ணீரில் ஊறவைத்த பீன்ஸூம் கேரட்டுமாய் வதைபட காத்திருக் கின்றன. ரெண்டு விசில் வந்ததும் இறக்கி வைக்கவேண்டிய பருப்பு வாசனை குக்கர், கோபத்தில் சிணுங்குகிற குழந்தை மாதிரி அலறத் தயாராகிறது.

ஆலு கோபியும், மட்டர் பன்னீரும் கரம் மசாலா நாக்கில் ஊறின வடக்கத்திப் பிரம்மச்சாரிப் பசங்கள் மேலதிகாரி கணவனின் கவனிப்பில் ஆபீஸ் டிரெயினிங் வருகிறார்கள். மதராஸி இம்லிசாவல், ரசவடா... சாம்பார், பீன்ஸ் உசிலி என்று அவர்களுக்குப் பிடித்தமான, கணவன் சொன்ன, மெனு. கையில் கொண்டுவந்த ரசகுல்லா டப்பாவையோ காஜர் அல்வாவையோ திணித்துவிட்டு, அவருடன் அறையில் உட்கார்ந்து நொறுக்குத் தீனியுடன் அலுவலக அரசியல் கொறித்துவிட்டுச் சாராயம் சப்பிவிட்டு மூக்கை உறிஞ்சி உறிஞ்சி சாப்பிடப்போகிறவர்கள்.

சமையல் மேடையிலிருக்கும் வறுத்த முந்திரிகளை எட்ட மேடை மேல் கால்வைத்து ஏறும் குழந்தையை வேறு சமாளிக்கவேண்டி யிருக்கிறது. அடுத்த ஈடுக்குத் தயாராகையில் நாக்கால் அவ்வப்போது வந்து எடுத்துப்போன முந்திரிப்பருப்பு சிக்கிக்கொண்டிருந்த பல்லிடுக்கை நிரடிக்கொண்டு 'ட்ரிங்க்ஸ் சாப்பிடும்போது கொறிக்க ஏதாவது பண்ணியிருக்கியா...' என்று சன்னமாய் விசாரிக்கிறான் பிரபு.

ட்ரிங்க்ஸ் - அந்த வீட்டில் அவ்வப்போது புகும் கிருஷ்ணவேணிக்கு ஒவ்வாத வார்த்தை. அவள் அகராதியில் 'சாராயம்'. ட்ரிங்க்ஸ் என்கிற நாகரிகமான வார்த்தையினால் அந்தப் பழக்கத்துக்கு முலாம் பூசுவதில் நம்பிக்கை இல்லாதவளாய் அதைச் சாராயம் என்று மட்டுமே

சொல்லிவந்திருக்கிறாள். அந்த வார்த்தைப் பிரயோகத்தில் பிரபுவுக்குக் கோபம் வருவதைப் பொருட்படுத்தாமல்.

‘காராசேவ், பக்கோடா வாங்கி வச்சிருக்கேன்...’

புகையும் கமறலும் அடங்கி, குக்கர் அமைதியாகி புளியோதரையும் தயிர்வடையும் பாதி தயாரான இதரங்களுமாகச் சமையலறையில் மணம் கூடி இருட்டு கவிழ, குளித்துவிட்டு வந்து இறுதி வேலைகளை முடித்துவிட்டு உட்காரும்போது அலுவலக நண்பர்கள் வந்தார்கள். குளிர்சாதனப்பெட்டியில் ஐஸ் கட்டிகள் உறைந்திருந்தன. தண்ணீர் பாட்டில்கள் நடுவே ஒன்றிரண்டு சோடாக்கள். அதற்கெல்லாம் கிருஷ்ணவேணி தேவையில்லை.

மூன்று பேர். மரியாதை நிமித்தம் கொஞ்ச நேரம் பேசும் பிரம்மச் சாரிகள். இங்கிலீஷ் பேச சிரமப்படும், எல்லோருக்கும் இந்தி நன்றாகத் தெரிந்திருக்கும் என்று நம்புகிற வடக்கத்திப் பையன்கள். அவசரமாக அறிமுகப்படுத்தியதில் யார் கெர்க்கர், யார் யாதவ், யாரு பானர்ஜி என்று நினைவில் ஒட்டாமல் போய்விட்டது. யாராயிருந்தாலும் அவளுக்குப் பிடிக்காதவர்கள். உயரதிகாரி சொன்னார் என்று அவர் வீட்டிற்கு வந்து சாராயம் சாப்பிட வரும் அலுவலகக் கணவான்கள் மேல் அவளுக்கு நல்ல அபிப்ராயம் இருந்ததில்லை.

பிரபு, ‘வாங்க, நாம உள்ள உக்காரலாம்’ என்றான். அவன் வழக்கமாக அமரும், சின்னத் தோட்டத்தை ஒட்டிய பால்கனி அமைந்த அவர்களின் படுக்கை அறைக்கு அவர்களைக் கூட்டிச் சென்றான். கண்ணனைக் கூட்டிக்கொண்டு இவள் இன்னொரு அறைக்குச் சென்றாள். இன்னும் ஒரு மணி நேரமோ இரண்டு மணி நேரமோ அவர்களுக்குக் கிறுகிறுப்பு ஏறிப் பசிக்க ஆரம்பிக்கும்வரை அவனோடு விளையாடவேண்டும். கதை சொல்லவேண்டும். அவன் பார்க்கும் போகோவை அவளும் பார்க்கவேண்டும். படுக்கை அறைக்குள் தரையில் பாய் விரிக்கப்பட்டு, கார வகைகள் நடுவில் வைக்கப்பட்டு, கண்ணாடி டம்ளர்கள் முளைத்திருந்தன.

மாடியில் படுக்கை அறைக்குள் மட்டுமே குடிக்கவேண்டும் என்கிற கட்டுப்பாடு மட்டும்தான் அவளால் விதிக்கமுடிந்தது. அவன் குடிப்பதைத் தடுக்கும் உரிமை என்றைக்குமே அவளுக்கு இருந்த தில்லை. வெளியே குடித்துவிட்டு வீட்டுக்கு வரும் நிலையில் ஆரம்பித்தது. குற்றவுணர்வோடு தயக்கமாகதான் நுழைந்தது வீட்டில் மது. ‘பியர்’ என்கிற பயமுறுத்தாத தகர டப்பா வடிவில் சாதுவாய் நுழைந்து, அதன் பிறகு அதிக வீரியம் உள்ள கலவை வந்தது. யாருக்கோ பரிசளிக்கவேண்டும் என்கிற சாக்கில் கறுப்புத் திரவம்

அடைத்த கண்ணாடிக்குடுவை வீட்டில் குடிபுகுந்தது. அதுவும் விரிவடைந்து விருந்தோம்பல் என்கிற சாக்கில் சாராயம் சம்மணம் போட்டு உட்கார்ந்துவிட்டது. இனி அதை விரட்ட முடியாது. படுக்கை அறைக்குள் அதை முடக்கிப்போடமட்டுமே முடிந்தது. கணக்கிலடங்காச் சச்சரவுகளுக்குப் பிறகு பிரபு அந்த விண்ணப்பத்திற்குச் சரியென்று சொல்லியிருந்தான். வீட்டின் ஓர் அறைக்குள் அதை அடைத்துவைத்ததில் தானும் தன் குழந்தையும் காப்பாற்றப்படுவதாய் உணர்ந்தாள் அவள்.

போகோவிலிருந்து கண்களை விலக்கி குழந்தை, 'அப்பா மருந்து சாப்படறாங்களா?'

'ஆமா.'

அவன் அகராதியில் அந்தத் திரவத்துக்கு அந்தப் பெயர்தான் சொல்லப்பட்டிருக்கிறது. கசப்பு மருந்து. பெயர் என்னவாக இருந்தால் என்ன? அலுவலக நண்பர்கள் வரும்போதெல்லாம் அப்பா மருந்து சாப்பிடுவார் என்ற அளவிற்குக் குழந்தைக்கு விவரம் தெரியும்.

பிரபு தன் அலுவலக நண்பர்களை நட்பு பாராட்ட எப்போதுமே மதுபானத்தை நாடியிருக்கிறான். ஒன்றாக உட்கார்ந்து குடித்தால் இன்னொருவரின் பரிபூர்ண நட்பும் நம்பிக்கையும் கிடைக்கிறது என்பது அவரது அலுவலகச் சித்தாந்தமாக இருக்கவேண்டும். கிருஷ்ணவேணிக்குப் புரிபடாத மனோவியல் உத்தி.

அலுவலகச் சந்திப்புகள் விருந்துகள் என்று என்றாவது ஒரு நாள் சிவந்த கண்களும் முடை சுவாசமுமாக வந்தவன் மெல்ல மெல்ல மாறிப் போய்விட்டான். உத்தியோகம் மாறிப் போனதிலும், அதில் உயர்வு வந்ததும் அடிக்கடி சாப்பிடும் பழக்கமாகி, துணைக்கு மற்றவர்களைச் சேர்த்துக்கொண்டு வளர்ந்துவிட்டது. அமெரிக்க அலுவலகம். சாராயம் சாப்பிடாவிட்டால் அவமானம் என்கிற விநோத அலுவலகக் கோட்பாடுகள் சீமைச் சாராயத்தோடு வீட்டுக்குள் நுழைந்துவிட்டன. அவள் தங்கை வீட்டிற்கு நாக்பூர் போன சமயம், இரவு வெளித்தங்கும் ஒன்றிரண்டு தினங்கள் என்று கொஞ்சம் கொஞ்சமாக வீட்டிற்குள் புழங்க ஆரம்பித்து, வீட்டில் பிரதானமாக விடைப்பாக நிற்கும் தைர்யம் பெற்றுவிட்டன. மாடிப்படி ஏறி படுக்கை அறை போகும் இடத்தில் அதற்கென்று பிரத்யேக மர அலமாரி ஒன்று நிற்கிறது. உள்பக்கம் மின்சார பல்புகள் பொருத்தி அவைகளுக்கென்றே பிரத்யேகமாகச் செய்த கண்ணாடி பதித்த அலங்கார மர பீரோ. விதவிதமான வடிவங்களில் கறுப்பும் கருஞ்சிவப்புமாகத் திரவங்களை உள்ளடக்கிய கண்ணாடிக் குடுவைகள். மெலிதான புடவை அணிந்து உள் வனப்பைக்

காட்டும் யுவதி மாதிரி மதுக்கவர்ச்சி காட்டும் பீரோ. அதன் முன்புறம் பதித்த சன்னமான கம்பிகளில் மதுபானம் சாப்பிடும் குவளைகளைத் தலைகீழாகத் தொங்கவிட்டு வைப்பதில் அலாதி ஆசை கொசுறாக. இந்த மாதிரியெல்லாம் சிரேஷ்டப்படுத்திக் குடிப்பழக்கத்துக்குப் பெரிய அந்தஸ்தைக் கொணர்ந்து வைத்திருந்தது பீரோ.

அந்த மதுபானக் குவியலை விளம்பரப்படுத்திக்கொள்வதில் ஆரம்பித்த பெருமை அதைக் குறித்துச் சிலாகிப்பதிலும் சேர்ந்து கொண்டிருக்கிறது சமீபகாலமாக. 'உங்ககிட்ட இருக்கா?' என்று வருபவர்கள் வினவுவதும் அந்தப் புட்டியைச் சேகரித்த விசேட அனுபவங்களைப் புளகாங்கிதத்தோடு அவன் விவரிப்பதை ஒவ்வொரு தடவையும் பார்க்கிறாள். அதன் முன்னே விருந்தினர்கள் சகிதம் நின்றுகொண்டு 'இந்த காக்டெயில் சாப்டிருக்கீங்களா?' என்று அலமாரியின் கண்ணாடி வரிசையைப் பார்த்து அவைகளின் மகத்துவங்களைச் சிலாகிப்பதில் அவர்கள் பரவசமடைகிறார்கள். மது அருந்துவதில் இருந்த குற்றவுணர்வு முற்றிலும் விலகிப்போய் அதன் நூதனமான சுவைகளைப் பிரஸ்தாபிக்கும், வாழ்க்கையில் வெற்றி பெற்ற கணவான்கள்.

கிருஷ்ணவேணியின் வீடு புகையிலைகூட போடாத அப்பாவின் கண்டிப்பு ஆக்ரமித்த வீடு. என்றோ நண்பர்களுடன் சேர்ந்து குடித்து விட்டு வந்தான் என்று அண்ணனைக் கன்னத்தில் அறைந்து திண்ணையில் கிடத்திய வளர்ப்பைக் கண்ட வீடு.

'சாராய வாசமே இந்த வீட்டுக்குள்ள வரக்கூடாது. தெளியறவரை அவன் வீதியிலேயே இருக்கட்டும்.'

இரவு நேரம் என்று பார்க்காமல், வீட்டிலிருப்பவர்கள் மன்றாடுவதைப் பொருட்படுத்தாமல், அண்டை வீடுகள் வேடிக்கை பார்ப்பதைச் சட்டை செய்யாமல் அவனை எட்டித் தள்ளிக் கதவைச் சார்த்திய அப்பா. அந்த வீட்டின் நியதிகள் பழகியவளுக்கு பிரபு குடிப்பான் என்று தெரிந்ததும் அதிர்ச்சியாகதான் இருந்தது.

'எப்பவாவது ஒரு முறை, ரெண்டு பெக்தான், அளவாச் சாப்ட்டா ஒண்ணும் ஆகாது, பத்துப் பேர் உக்காந்து சாப்பிடும்போது நான் பேக்காட்டம் வேடிக்கை பார்க்க முடியாது.'

ஒவ்வொரு காலகட்டத்திலும் ஏதாவது காரணம் சொன்னான் பிரபு.

'அவருக்கு குடிக்கற பழக்கம் இருக்குப்பா.'

'இப்பல்லாம் எல்லாரும் குடிக்கறாங்கம்மா. இதெல்லாம் தடுக்க முடியாது. பெரிய கம்பெனில வேலை பாக்கறவரு. அப்பப்ப குடிக்க

வேண்டியிருக்கும். ஏதோ அளவுக்கு மீறாம பாத்துக்கோ, அவ்வளதான்.'

இரண்டு பெண்களின் கல்யாணம் தாண்டி, ரிடையர் ஆகி உடல் நலிந்து மனம் களைத்துப் போயிருந்த அப்பாவின் உலகமும் மாறியிருந்தது.

ஆட்டோ உதிரி பாகங்கள் தயாரிக்கும், உள்நாட்டில் மட்டுமே அறியப் பட்ட, பாரம்பரிய நிறுவனத்தில் முப்பது வருடங்களாகக் கணக்கு எழுதி வாழ்க்கையைத் தள்ளிய அவருக்கும், அவருடன் என்றாவது வீட்டுக்கு வந்து விரலைச் சப்புக் கொட்டிக்கொண்டு சாப்பிட்டு விட்டுப் போகும் அவரின் அலுவலக நண்பர்களுக்கும், வாடிக்கை யாளர்களைத் திருப்திப்படுத்தவோ அவர்களுக்குள் நட்பு வளர்க்கவோ எந்த மது பானமும் தேவையாக இருக்கவில்லையா என்று கிருஷ்ணவேணி யோசித்திருக்கிறாள். அலுவலகங்களும் அவை நடத்தப்படும் விதமும் ஒரு தலைமுறை இடைவெளியில் மாறி விட்டதா என்று தெரியவில்லை.

கண்ணனுக்குச் சாப்பாடு ஊட்டிவிட்டு மதியத்திலிருந்து எண்ணெக் கமறலிலும் கண் எரிச்சலிலும் கிடந்து பசியெடுக்காமல் பெயருக்குத் தானும் சாப்பிட்டுவிட்டுக் காத்திருந்தாள். ப்வர் ரேஞ்சர்ஸ் இன்னும் அரைமணி தாங்கும்.

அலுவலகப் பார்ட்டி ஒன்றை தரிசித்தபோது வீட்டில் மது நுழைந்ததன் காரணம் தெரிந்து போனது. சீமைச் சாராயம் பெருக்கெடுத்து ஓடிய பார்ட்டி. ஆண்கள் மட்டுமல்லாமல் பெண்களும் கறுப்பு திரவத்தைக் கையில் வைத்துக்கொண்டு தள்ளாடிய அலுவலகப் பார்ட்டியின் அதிர்ச்சி விலக நிரம்ப நாட்களானது. சிகரெட்டு வாயில் பொருத்தி அருகில் இருக்கும் ஆணைப் பற்றவைக்கச் சொல்லும் சீமாட்டிகள் பயமுறுத்தினார்கள். பிரபு பெயர்கூட 'ப்ரப்ஸ்' என்று நாகரிக யுவதிகள் வாய் புகுந்து மாறியிருந்தது. பெண்களே குடிக்கும்போது ஜூஸையும் கோக்கையும் உறிஞ்சிக் கொண்டிருந்தால் என் மதிப்பு என்னாவது என்று பிரபு கண்ணாலேயே சொன்னான்.

மாடி அறையில் சிரிப்பு எதிரொலித்தது. மது அருந்தி முடித்து விட்டார்கள். சாப்பிட உட்கார்ந்தவர்களில் ஒருவன் பெரிதாய் ஆபாச ஏப்பம் விட்டான். உடனே சாரி என்றான். சாரியின் சாராய வாடை தாங்காமல் கொஞ்சம் ஒதுங்கிக்கொண்டாள். சாப்பிடும்போதும் அலுவலக அரசியல் பேசினார்கள். பிரபு சொல்வதற்கெல்லாம் சிரித்தார்கள்.

அவர்கள் உரையாடலில் கலந்துகொள்ளாமல் ஒதுங்கியே நின்றாள். வரும் அன்னியர்களை அறிந்துகொள்ள முயற்சித்ததில்லை. அவர்கள்

அத்தனை பேரையும் குடிப்பழக்கம் உள்ளவர்கள் என்கிற பொதுவான கணிப்பில் பாகுபடுத்தி வைத்து அதைத் தாண்டி அவர்களைத் தெரிந்து கொள்வதில் ஆர்வம் இருப்பதில்லை.

சாப்பிட்டுவிட்டு மரியாதை நிமித்தம் கொஞ்சம் பேசிவிட்டு, நள்ளிரவை நெருங்கிக்கொண்டிருந்த கடிகாரம் பார்த்து, 'கானா படியா தா பாபி' என்று ஆளுக்கொன்றாய் நன்றி வார்த்தைகள் சொல்லி எழுந்துகொள்கிறார்கள் வடக்கத்திய பிரம்மச்சாரிகள். அவர்கள் தங்கியிருக்கும் விடுதியில் விட்டுவிட்டு வருவதாகச் சொல்லிவிட்டு பிரபு கூடவே போகிறான். சிரிப்பொலி அதிர சாராயக் கோஷ்டி கேட்டைத் திறந்துகொண்டு வெளியே போவது தெரிகிறது.

மிச்சத்தைத் தனித்தனி பாத்திரங்களில் கொட்டிக் குளிர்பெட்டியில் அடைத்து, உணவு அறையிலிருந்து பாத்திரங்களைச் சமையலறைக்கு இடம்மாற்றி, எச்சில் பாத்திரங்களைத் தண்ணீர் நிரப்பி வைக்கும் வேலை. பதினைந்து நிமிடங்களுக்கு நீடிக்கும் ஆயாசமான வேலை.

வேலையின் சுவாரஸ்யத்தில் குழந்தையின் நினைவு கொஞ்சம் தவறிப்போய், வீடு நிசப்தமாக இருக்கும் நெருடலில் நினைவுக்கு வந்தது. 'கண்ணா...' என்று கூப்பிட்டவளுக்குப் பதில் குரல் இல்லாமல் வீடு மௌனமாக இருந்தது. குழந்தையின் குரல் கேட்காமல் தொலைக்காட்சி மட்டும் பத்து பேர் குதித்தபடி பாடும் பாட்டைச் சன்னமாக எதிரொலித்தது. தொலைக்காட்சியை நிறுத்தினாள். 'கண்ணா...' குரல் உயர்த்திக் கூப்பிட்டும் பதில் வராமல் இருக்க, திரும்பத் திரும்ப அவனைக் கூப்பிட்டபடியே மாடிப்படி ஏறிச் சென்றாள். மூடிக்கிடந்த படுக்கை அறையின் கதவைத் திறந்து பார்த்தவளுக்குக் கண்ணன் தெரிந்தான்.

அறையின் மூலையில் பால்கனிக்கு ஒட்டினாற்போல அமர்ந்திருந்தான். தட்டில் விரவியிருந்த முந்திரிப் பருப்புகள் முன்பாக கையில் கண்ணாடிக் குவளையோடும் முகத்தைச் சுளிக்கும் பாவத்தோடும்.

ஓடிப்போய் அவனருகில் வந்து பார்த்தபோது அவன், கையிலிருந்த கண்ணாடி டம்ளரை இறுக்கமாகப் பற்றியபடி இருந்தான். அம்மா தன் கைகளிலிருந்து அதைப் பிடுங்கப்போவதை எதிர்பார்த்தவன்போல. குனிந்து அவன் கையிலிருந்த குவளையை முகர்ந்து பார்த்த கிருஷ்ணவேணிக்கு குமட்டிக்கொண்டு வந்தது. கறுப்புத் திரவம். உதடுகளைச் சுற்றி ஈரமாக இருந்த முகத்தோடு குழந்தை 'அப்பா மருந்து' என்றது.

'இதை சாப்ட்டியா?' கிருஷ்ணவேணி அவனை அழுத்தமாய் வினவுகிறாள்.

'கஸ்ப்பு மருந்து' என்கிறான் குழந்தை. முகத்தைச் சுளிக்கிறான்.

பழரசமோ என்னமோ கலந்திருந்த சாராயம். மூவரில் யாரோ சப்பி விட்டு மிச்சம் வைத்துவிட்டுப் போன எச்சில். அதை விடாப்பிடியாகப் பிடித்துக்கொண்டிருந்த கண்ணனைப் பார்த்ததும் கோபம் வெடித்தது. முதுகில் பளீரென்று அறைந்தாள். 'சாப்ட்டியா?' குழந்தை தன்னிச்சை யாகக் கைகளை விடுவித்தது. அவன் கையிலிருந்து கண்ணாடித் தம்ளரைப் பறித்து வந்து குளியலறை வாஷ்பேசினுக்குள் கொட்டி னாள். அந்த வெண்மையில் பரவிய அந்த அருவருப்புத் திரவம் கரைந்து ஓடும்படி தண்ணீர்க் குழாயைத் திருப்பி ஊற்றினாள்.

கண்ணனை இழுத்துக்கொண்டு குளியலறைக்குப் போனாள். அவனைத் தலையில் நெட்டித்தள்ளி 'துப்பு' என்றாள். 'துப்புடா...' குழந்தை உத்வேகமில்லாமல் 'து' என்றது. கை நிறையத் தண்ணீர் எடுத்து அவன் வாயை அலம்புகிறாள். 'வாயை கொப்ளி' என்று வாயில் தண்ணீரைத் திணிக்கிறாள். குழந்தை அவள் படபடப்பின் காரணம் புரியாமல் மலங்க மலங்க விழித்துக்கொண்டு அவள் கோபத்துக்குப் பயந்து அத்தனையையும் செய்தது.

கண்ணன் கண்ணீர் திரள உட்கார்ந்திருக்கிறான். அவனைப் பார்த்ததும் தண்டிக்கிறதன் உத்வேகம் சட்டென்று சரிந்து தண்டித்த குற்ற உணர்வு பற்றிக்கொண்டு வலிமிகுகிறது.

குழந்தை என்ன கண்டது சாராயத்தையும் குடிப்பழக்கத்தையும்? ஆர்வக்கோளாறில் வாயில் கவிழ்த்துக்கொண்டிருக்கிறது. நாளைக்கு மறந்து போகும். அடித்து அதைப் பெரிது பண்ணிவிட்டேனா? அடித்ததன் காரணம் ஆர்வம் அதிகமாகுமா?

'ஸாரிடா... அம்மா ஸாரி...' என்று மன்னிப்புக் கேட்கும்போது தோன்றியது. இந்தக் கண்றாவியைக் குடித்தால் என்ன செய்யும்? போதை ஏறுமா? குழந்தை அதைத் தாங்குமா? எவ்வளவு குடித்தான்? அவனுக்கு இணையாக அழவேண்டும்போல இருந்தது.

'மயக்கம் வருதா..? வயத்தை வலிக்குதா?' அவள் ஒவ்வொரு கேள்விக்கும் பயந்து பயந்து இல்லை இல்லை என்று சொல்லிக் கொண்டிருந்தான்.

கிருஷ்ணவேணி குழந்தையைக் கண்ணுக்கு நேராகப் பார்த்து யோசித்தாள். இதை எப்படி எதிர்கொள்வது... கசப்பு என்று இனி அதைத் தொடாமல் இருப்பானா? அந்தத் திரவம் கசப்புதானா? அதன் ருசி அவனுக்குப் பிடித்துபோய்விட்டால் என்ன செய்வது? அவன் கண்களில் இருந்த பயமும் வெகுளித்தனமும் அடிப்பது தீர்வில்லை என்றது. நல்ல வார்த்தை சொன்னால் புரிந்து கொள்ளமாட்டானா?

ஆனந்த் ராகவ் | 95

எத்தனை நாள் இதை மருந்து என்று சொல்லிக்கொண்டிருப்பது? இன்னும் ஐந்து வருடங்கள் போனால் அதன் நிஜப் பெயர் விஸ்கி என்பது தெரிந்துகொள்வான். அடுத்த ஐந்தில் அப்பா சாப்பிடுவதைத் தானும் முயன்று பார்ப்பான். அடுத்த ஐந்தில் நாலு நண்பர்களைக் கூட்டிவந்து 'ட்ரிங்க்ஸ் போது சாப்ட ஏதாவது செஞ்சிருக்கியாம்மா?' என்று வினவலாம். மதுபானத்தை அலங்காரமாக அடுக்கிவைக்கும் வீட்டில் குடிப்பதன் குற்றவுணர்வு எப்படி இருக்கும்?

'அம்மா சொல்றதைக் கேப்பியாம்... என் செல்லம் இல்லையா? இதெல்லாம் சாப்டக்கூடாது என்ன?'

அடிக்கற அம்மா அதற்குள் இளகிவிட்ட தைர்யத்தில் குழந்தை 'ஏன்?' என்கிறான் சன்னமாக.

'உடம்புக்கு நல்லதில்லடா கண்ணா... வயத்துல புண்ணு வரும்.'

'அப்பா சாப்படறாங்க?'

பதில் சொல்லமுடியாமல் அவனை உற்று நோக்கினாள். என்ன சொல்வது? நீ அம்மா ஆதரவில் இருக்கும் மட்டும் குடிக்காதே என்றா? காலேஜ் போக ஆரம்பிக்கும்போது குடிக்கலாம் என்றா? நல்ல உத்யோகம் வாய்த்து, பெரிய நிறுவனத்தில் சேர்ந்து வெளிச்சம் போட்ட அலமாரி வைக்கும் தகுதி வந்தவுடன் குடிக்கலாம் என்றா? சமூகத்தில் பெரிய மனிதனான தன் அடையாளம் தேடும்போது ஆண்களும் பெண்களுமாய் நின்று குடிக்கலாம் என்றா... என்ன சொல்வது? அவனைப் பார்த்தபடி மௌனமாக இருந்தாள்.

குழந்தையைக் கட்டிக்கொண்டு கதை சொல்லி முடிக்கும்போது நள்ளிரவு தாண்டியிருந்தது. படபடப்பாக ஆரம்பித்த மாலை அமைதியாக நிறைவாக உறைந்திருந்தது. கதை சொல்லும் அம்மாவைக் கட்டிக்கொண்டு குழந்தை தூங்கிப்போய்விட்டிருந்தான். நினைவுகள் தோயக் கண்ணயர்ந்த இரவின் அமைதியைக் கலைத்து கார் ஓசை கேட்கிறது. பிரபு திரும்பி வந்திருந்தான். இரும்புகேட்டு திறக்கும் சப்தம். பின்னர் வீட்டின் முன்கதவு திறந்து மூடும் ஒலி. தொடர் ஓசைகளில் பிரபுவை அவள் மனது தொடர்ந்துகொண்டே வருகிறது.

வீட்டுக்குள் வந்து விளக்கைப் போடுபவனுக்கு அதிர்ச்சிகரமாக இருக்கும்... கோபம் வரும்.

சாராய பாட்டில்கள் நிறைந்திருந்த அலமாரியில் கண்ணனின் புகைப்படம் மட்டும் அழகாக அமர்ந்திருப்பது பார்த்து அவன் புரிந்துகொள்ளட்டும் என்று குழந்தையை அணைத்துக்கொண்டாள்.

ஆனந்த விகடன், பிப்ரவரி 2007

இரண்டாவது மரணம்

அறைக் கதவைத் திறந்து உள்ளே நுழைந்ததும் அந்தக் காட்சி முகத்தில் அறைந்தது. அப்பா தரையில் விழுந்து கிடந்தார். கட்டிலிலிருந்து சரிந்து விழுந்தார்போல, தலைமட்டும் கட்டிலின் பக்கவாட்டில் சாய்ந்திருக்க, வேட்டி கலைந்து அவர் உள்ளாடை தெரிய, அவர் கட்டுப்பாடு இல்லாமல் வெளியேறிய சிறுநீர் ஈரத்தில்... தளர்ந்து போன கை கால்கள் விரிந்து...

பறவைகளின் உற்சாகமும், குழந்தைகள் தூக்கத்தைக் கலைக்காமல் ஒலித்த டேப்ரிக்கார்டரின் சன்னமான கவசமும் நிறைத்திருந்த அமைதியான அந்தக் காலைக் காற்றில் சட்டென்று பதற்றம் பற்றிக் கொண்டது. என் அலறல் சவிதாவின் வாசல் கோலத்தை நிறுத்தியது. முத்தம்மாவைத் துடைப்பத்தை எறிந்துவிட்டு உதவிக்கு ஓட வைத்து, அண்டை வீட்டினரை வரவழைத்து அப்பாவைச் சூழ்ந்துகொண்டு கூச்சலும் அலறலுமாய் மாற்றியது. சர்க்கரை வியாதியா, ரத்த அழுத்தமா, இருதயமா? அவரைச் சாய்த்தது எது என்று தெரியாமல் எங்கள் கேள்விகளால் அவரை உலுக்கினோம். திறந்துகிடக்கும் வீட்டில் ஒவ்வொருத்தராய் நுழைகிறார்கள். ஆளுக்கொரு உதவியாய் டாக்டருக்கு ஃபோன் பேசுகிறார்கள். க்ளுக்கோஸ் தண்ணீர் கலந்து அவர் வாயில் ஸ்பூனால் ஊட்டுகிறார்கள். ஆளாளுக்கு ஒன்று பரிந்துரைக்கிறார்கள். சவிதா 'நேத்து ராத்திரி நல்லாதானே பேசிகிட்டு இருந்தாரு' என்று சொல்லிச் சொல்லித் தவிக்கிறாள். டேப்ரிக்கார்டர் மட்டும் கலவரப்படாமல் கவசம் சொல்லிக்கொண்டிருந்தது.

மூச்சுக் காற்று இரைச்சலுடன் ஒலிக்க, அப்பா மூக்கில் லேசாக நுரை தள்ளிக் காய்ந்து போன சுவடு தெரிந்தது. கண்திறக்க முடியாத அயர்ச்சியில் கைகளால் தலையைச் சுட்டிக்காட்டி ஷீணமான முனகல்களோடு குழறலாகப் பதில் சொன்னார். அறை விளக்கு எரிந்துகொண்டிருந்தது. மேஜை மேல் பிரிக்கப்பட்ட மாத்திரைக் குடுவை. மூச்சுத் திணறலுக்கான மாத்திரை. நெஞ்சு வலித்ததோ? மூச்சு விடுதல் சிரமமாய் இருந்ததோ..? அப்பா திரும்பத் திரும்ப என்னமோ

சொல்லுகிறார். குழறுகிற நாக்கு வார்த்தைகளை வெறும் குழப்ப ஒலிகளாய் இரைக்கிறது.

அண்டைவீட்டுக்காரர்கள் ஆளுக்கொரு கை பிடிக்க வீட்டிலிருந்து படிகளில் இறக்கிவரும்போது குடியிருப்பில் இருப்பவர் அத்தனை பேரும் திரண்டிருந்தார்கள். யாரோ கார் எடுத்து வந்தார்கள். யாரோ குழந்தைகளைப் பார்த்துக்கொள்வதாய்ச் சொல்கிறார்கள்... பணம் வச்சிருக்கீங்களா என்று குரல்கள் எதிரொலிக்க கார் சீறிக்கொண்டு கிளம்பியது. அப்பா, அந்தக் காலை வேளையில், குடியிருப்பில் அனைவரையும் முடுக்கிய பிரக்ஞை இல்லாமல் வழி நெடுக குலுங்கும் காரில் என்னையே வெறித்துப்பார்த்தபடி முனகிக்கொண்டே வந்தார். மடியில் தலை வைத்துக்கொண்டு பயத்தில் என் கைகளை இறுகப் பற்றியபடி அவர் வந்த நிலையில் அவர் இறந்து கொண்டிருக்கிறார் என்று உள்ளுணர்வு சொல்லியது.

ஸ்ட்ரெச்சரில் வைத்துத் தூக்கி எடுத்துப் போகும்போது கையைத் தூக்கி என்னிடம் என்னவோ சொல்ல விழைந்தவரின் நிராதரவான நிலைமை கண்ணில் நிற்க, மருத்துவமனையில் அவசரப் பிரிவில் அவரைத் தள்ளிச்செல்கிறார்கள். வெளியே இருந்த மற்ற கவலை முகங்களோடு நாங்களும் ஒருவராகிக் காத்திருந்தோம். சவிதா என் கைகளைப் பிடித்துக்கொண்டு, ‘ஒண்ணும் ஆவாது, கவலப்படாதீங்க’ என்கிறாள்.

‘அவங்க அப்பாரா...’ சவிதாவிடம் விசாரித்துவிட்டு கட்சி அரிவாள் வெட்டுப்பட்ட தன் கணவனின் உயிர்போராட்டக் கவலையைப் பகிர்ந்து கொள்கிறாள் சோகம் பழகிய முகத்தோடு அந்தப் பருமனான பெண்மணி. ‘என்ன வயசு?’ என்று கேட்டுத் தெரிந்துகொண்டு கொஞ்சம் சமாதானமாகிறார் இன்னொரு கண்ணாடி மாமா. அவர்கள் கவலையினூடே எங்கள் தவிப்பை லேசான ஆர்வத்துடன் பார்த்துக் கொண்டிருக்கிறார்கள் மற்றவர்கள். நான் நிலைகொள்ளாமல் உலவிக் கொண்டிருந்தேன்.

சிறுநீரகக் கோளாறால் போன வருடம் மருத்துவமனையில் பத்து நாள் கிடந்து பிழைத்துவந்தது நேற்று நடந்ததுபோல நினைவில் நிற்கிறது. இயந்திரத்தோடு இணைக்கப்பட்டு மணிக்கணக்காக ரத்தம் சுத்திகரிக்கப்பட்டு மீண்டவர். இரண்டு வாரமாய் உயர் ரத்த அழுத்தத்தில் இருந்தபோதே கொஞ்சம் பயந்தபடி இருந்தோம். இரவு சீக்கிரமே படுக்கப்போனவர் காலையில் இப்படிப் பேச்சு மூச்சில்லாமல் கட்டிலில் இருந்து சரிந்து விழுந்திருக்கிறார்.

ஒவ்வொரு முறை ஐசியு பிரிவின் கதவு திறக்கும்போதும் தகவல் எதிர்பார்த்து எழுந்திருக்கிறோம். விரையும் தாதிகளும், ஆஸ்பத்திரி

வாசமும் இன்னும் மனநிலையைச் சிதைக்கிறது. கதவைத் திறக்கும் போதெல்லாம் அப்பா கொஞ்சமாகத் தெரிந்தார். அப்பாவின் வெறித்த பார்வையும் படபடக்கும் சுவாசமும் பயம் கூட்டுகிறது.

அந்தத் தாதி கதவைத் திறந்து எங்களைக் கூப்பிட்டு 'ரெண்டு நிமிஷத்துக்கு மேல இருக்காதிங்க' என்று உள்ளே விட்டாள். அந்த அவசரப்பிரிவின் இரண்டு பக்கமும் உடல்கள் சலனமில்லாமல் படுத்துக் கிடக்க அவர்களோடு இணைத்திருந்த இயந்திரங்கள் சுறுசுறுப்பாக இயங்கிக்கொண்டு பீப் பீப் என்று அந்த அறை பூரா உயிர்போராட்டத்தின் ஓசை. அப்பா ஒரு மூலையில் இருந்தார். அந்த ஆஸ்பத்திரியின் உடமையாகிப்போனதன் அடையாளம்போல பச்சை உடை அணிவிக்கப்பட்டு, தாதி முதுகைத் தடவிக்கொண்டிருக்க, சங்கடத்தில் புரண்டுகொண்டு வாயிலெடுப்பதைப் பார்க்க முடியவில்லை.

வெளியே ராஜகோபாலன், சாமா, மணிவண்ணன், குமார் எல்லோரும் காத்திருக்கிறார்கள். நண்பர்கள் ஆதரவின் நெகிழ்ச்சியில் மனது இன்னும் கரைந்துபோகிறது. கவலையுடன் வினவுகிறார்கள்.

'பெரிய டாக்டர் வந்தப்பறம்தான் தெரியும். ஸ்கேன் பண்ணியிருக்காங்க... என்னமோ சொல்லணும்னு தவிக்கறாரு பாவம். பேச முடியலை. நாக்கு பிரண்டிருச்சு... பாக்கச் சகிக்கலைப்பா...'

'கண்ணு கலங்கினா என்னப்பா அர்த்தம். நீதான் தைரியமா இருக்கணும்.' தோளில் அணைத்து ஆதரவாய்ச் சொல்லுகிறார்கள்.

மருத்துவர் வந்தபிறகு எங்களுக்கு அதிர்ச்சி காத்திருந்தது. எங்களை உட்காரச்சொல்லிவிட்டு அந்தக் கறுப்பு நிழல்படத்தை ஒளிச் சதுரத்தில் சொருகிவிட்டு 'ஸ்ட்ரோக்' என்று கறுப்பு வெள்ளையாய்ப் படர்ந்த குழப்ப ஓட்டத்தில் மூளையின் இரண்டு குறுகிய குழாய்களைச் சுட்டிக் காட்டினார். 'ரத்த அழுத்தம் ரொம்ப அதிகமா இருந்திருக்கு. ரெண்டு நாள் ஐசியுல இருக்கட்டும், அப்சர்வ் பண்ணணும்... வேற எதுவும் சிக்கல் வரக்கூடாது. அவர் வயசு, உடம்பு கண்டிஷன் வச்சி பாத்தா ரிகவரி கொஞ்சம் மெல்லதான் இருக்கும்' என்று பட்டும்படாமலும் சொன்னார். அவர் பேசப் பேச அப்பாவின் நிலைமையின் தீவிரம் மனதுக்குள் கத்திச் செருகலாய் இறங்கியது.

மருத்துவமனை ஆபீஸ் அறையில் மரியாதையாக நீட்டி மனதில் பதியாத ஃபாரங்களில் கையெழுத்து வாங்கிக்கொண்டார்கள். 'அட்வான்ஸ் அஞ்சாயிரம் கட்டிருங்க சார். மூணு நாளைக்கு ஒரு தரம் பில் அப்டேட் பண்ணிருவம். அப்ப பே பண்ணிடுங்க. கேஷ் குடுத்தா நல்லது. கிரெடிட் கார்டுக்கு ஒண்ணறை பர்சென்ட் சர்வீஸ் சார்ஜஸ் போடுவம்.'

குமார் வலிய வந்து தன் தவணை அட்டையை உபயோகித்து ‘கட் ஆஃப் டேட் தாண்டிருச்சி. அடுத்த மாசம் பத்தாம்தேதி பணம் கட்டினாப் போதும்’ என்று வற்புறுத்திக் கட்டினார்.

ஐசியு நோயாளிகளின் உடன் இருப்பவர்களுக்கு ஒதுக்கப்பட்ட அந்த அறையில் மனசு படபடக்கும் கவலையோடு காத்திருக்கும் எங்கள் மனச்சுமை துவங்கியது. நிலைகொள்ளாமல் தவித்து, ஒவ்வொரு மணிக்கும் அவர் உடல்நிலையில் முன்னேற்றம் எதிர்பார்த்து, அவ்வப் போது அந்தப் பிரிவின் கதவைத் திறந்து எட்டிப்பார்த்து, தாதியைக் கண்களால் கெஞ்சி உள்ளே போய், ‘அப்பா...’ என்று அவரை லேசாக உலுக்கி அவர் பாதிக் கண் திறந்து வாய் குழறலாக என்னமோ சொல்லுவதும், ‘சரியா போயிடும்... ரெண்டு நாள்தான் ஐசியுல இருக்கணும், அப்புறம் ரிகவர் ஆயிடுவீங்கன்னு டாக்டர் சொல்றாரு’ என்று அவரைச் சமாதானம் செய்வதுமாய்.

அலுவலகத்துக்குச் சொன்னபோது ‘பரவால்ல சுந்தரம்... நாங்க சமாளிச்சுக்கறோம். ஏதாவது ஹெல்ப் வேணும்னா கேளு. சாயந்தரம் வந்து பாக்கறன்’ என்றார் ஆதரவாய், மேலதிகாரி நம்பிராஜன்.

குமார் என்கூடவே இருந்தார். என்னைத் திசை திருப்ப நிறையப் பேசினார். அப்பாவின் குழறலான பேச்சும், பீதி அடைத்த கண்ணும் மனதில் நிழலாட நான் அவர் பேசுவதை மனசு லயிக்காமல் இடையிடையே கவனித்தேன். பசி எடுக்காமல் வயிறு வறண்டுபோய் இருந்தது. குமார் ஒவ்வொரு தடவையும் என்னைக் கட்டாயப்படுத்திக் கேன்டீனுக்கு அழைத்துப்போய்ச் சாப்பிட வைத்தார். இரவானதும் மணிவண்ணன், சேவியர் இருவரும் வந்தார்கள். சொல்லியும் கேட்காமல் இரவு என்னுடனேயே இருந்தார்கள்.

வாசலில் வாகனங்களைப் பார்த்தபடி, எதிரிலே பொட்டிக்கடையில் என் மனநிலைக்கு ஒவ்வாமல் ஒலிக்கும் பாட்டு இரைச்சலில், மருத்துவமனை வளாகத்தின் விநாயகர் சந்நிதி அமைதியில் என்று இடம் மாற்றி மாற்றி அவர்களோடு பேசிக்கொண்டிருந்தாலும் அப்பாவின் மரணப் போராட்டம் நிழலாய்த் துரத்தியது. பின்னிரவு வரை பேசிக்கொண்டிருந்துவிட்டு, ஒரே ஒரு மின் விசிறி அலுப்புடன் சுழன்று கொண்டிருந்த அந்தப் புழுக்க அறையில் கைப்பிடி இல்லாத இருக்கையில் உட்கார்ந்து ஒருவர் மேல் ஒருவர் சாய்ந்து தூங்கினோம். ஆழ்ந்த தூக்கத்தில் உடம்பு சரியும்போதெல்லாம் சொடுக்கலாய் விழித்து, வழியும் கழுத்து வியர்வையை மீறி தூக்கம் கண்ணை இறுக்கித் தள்ள... அப்பா மூக்கில் குழாயோடு வந்து ‘சுந்தரம், உங்க அம்மா கிட்ட போவணும்’ என்று கையைப் பிடித்தபோது விடிந்திருந்தது.

காலையில் அப்பா இன்னும் மோசமாய்த் தெரிந்தார். உடம்பு முழுக்கப் பொத்தல் போட்டு ஒவ்வொரு திசையிலும் ஒரு குழாய் இருந்தது. மூக்கில் ஒன்று நுழைத்து நுனியில் பிளாஸ்டர் போட்டு... இணைப்பில் ரத்தம் கசிந்திருந்தது. இன்னொரு குழாய் சின்ன பிளாஸ்டிக் பையில் முடிந்து அதில் சிறுநீர் சேர்ந்துகொண்டிருக்க, இன்னொன்றில் லேசான பச்சைத் திரவம். மணிக்கட்டில் ஊசி சொருகி தலைமேல் பாட்டில் தண்ணீர் உள்ளே ஏறிக்கொண்டிருக்க, வாயில் ஒரு குழாய் இணைப்பும் அதன் இன்னொரு முடிவில் ஒரு பெரிய கருவி புஸ் புஸ் என்று மூச்சிரைத்துக்கொண்டிருந்தது. அவர் வயிறு அதன் தாளத்துக்கு ஏற்றார்போல் இயங்கிக்கொண்டிருந்தது.

'லங்ஸ்ல தண்ணி சேர்ந்து அடைச்சிருக்கறதால அவரால மூச்சு விட முடியலை. வென்டிலேட்டர் வச்சிருக்கோம்.'

முதல் நாள் தென்பட்ட தேக அசைவுகளும் மெல்லக் குறையத் துவங்கியது. அவரிடம் பேசினால் கண்ணைப் பாதித் திறந்து பார்த்து விட்டு மூடிக்கொண்டார். இரண்டாம் நாள் என் மகள்கள் 'தாத்தா தாத்தா...' என்று விடாமல் கூப்பிட்டதும் கண்ணைப் பாதித் திறந்து உதட்டோரம் சின்னப்புன்னகை முயற்சி செய்தார். ரொம்ப உலுக்கினால் மட்டும் கண்களை ரொம்பப் பிரயத்தனப்பட்டுத் திறந்து பார்த்துவிட்டு அயர்ச்சியாய்த் தூக்கத்துக்குத் திரும்பினார்.

நாட்கள் நகர, அவர் உடல் நிலை இன்னும் மோசமடைந்தது. நுரையீரலில் திரவம் சேர்ந்ததில் நிமோனியா காய்ச்சல் வந்து, அதைக் குணப்படுத்தும் முயற்சியில் ஏற்றிய ஏராள மருந்தின் வீரியம் தாங்காமல் சிறுநீரகம் பழுதடையத் துவங்கியது. ரத்தத்தில் கிரியேட்டனின் அளவு அதிகமாகி அவர் சிறுநீரகம் செயலிழந்தது. மயக்க நிலைக்குச் சரிந்தவரின் கையில் இன்னொரு பொத்தல் போட்டு குழாய் சொருகி ரத்தத்தைச் சுத்திகரிக்க டயாலிசிஸ் நடந்தது. நான் இன்னும் நம்பிக்கையோடு காத்திருந்தேன்.

வார இறுதியில், அவர் மூளையின் இயக்கங்கள் அத்தனையும் செயலற்றுப் போய், இருதயம் மட்டும் துடித்துக்கொண்டிருக்க, அவருடன் இணைத்த கருவி அவருக்குப் பதிலாக மூச்சு விட்டுக் கொண்டிருக்க, இருதயத் துடிப்புக் காண்பிக்கும் திரையில் மட்டும் அவர் உயிரின் அடையாளம் தெரிந்தது. கூப்பிட்டால் கேட்காமல், உலுக்கினால் உணராமல், இமைகளைப் பிரித்து டார்ச் ஒளி அடித்தால் பாப்பா அசையாமல்... அயர்ந்த நித்திரையில் உறைந்து போனார்.

டாக்டர் என்னைத் தனியே அழைத்து 'உங்களுக்குக் கூடப் பொறந்தவங்க யாரும் இருக்காங்களா...' என்றார்.

•

மருத்துவர் என்னையும் சவிதாவையும் உட்காரச் சொல்லிவிட்டு அவரின் வழக்கமான அவசரத் தொனி இல்லாமல் நிதானமாய் 'நிலமை ரொம்ப மோசமா இருக்கு' என்று ஆரம்பித்தார். அவர் பிரிஸ்க்ரிப்ஷன் நோட்டுப் புஸ்தகத்தில் சின்னதாய்ப் படம் ஒன்று வரைந்து காட்டினார். மூளையின் ரத்தக்குழாயில் ஏற்பட்ட அடைப்பால் மூளைக்குப் போதுமான அளவு பிராணவாயு போகாமல் அதன் இயங்கு திறன் முடக்கப்பட்ட நிலையில் உடல்தேறாமல் மோசமடைந்து, நிமோனியா காய்ச்சலால் நுரையீரல் பாதிக்கப்பட்டு, சுயமாய் மூச்சுவிட இயலாமல், பாதிக்கப்பட்ட சிறுநீரகம் பழுதடைந்து, ஒவ்வொரு உறுப்பாகச் செயலிழந்து போய் அவர் மரணத்தின் கைக்குள் இருப்பதை மருத்துவரீதியாய்ச் சொன்னார். நாங்கள் அவர் சொல்லப்போகும் இறுதி வார்த்தைக்காகக் காத்திருந்தோம்.

'எங்களால முடிஞ்சதைச் செஞ்சோம். இனி மேற்கொண்டு எதுவும் செய்யவும் முடியாது. செய்யறதில பிரயோஜனமும் இல்லை. ஹார்ட் மட்டும் இன்னும் அடிச்சிகிட்டு இருக்கு அவ்வளதான். உங்க உறவுக்காரங்க எல்லாருகிட்டயும் தகவல் சொல்லுங்க... மேற்கொண்டு என்ன செய்யணும்னு நீங்க கலந்து பேசிட்டு ஒரு முடிவுக்கு வாங்க.'

முடிவுன்னா...?

'அவர் மூளை வேலை செய்யறது நின்னு போச்சு. காது கேக்காது, கண்ணு தெரியாது. ஊசி வச்சி அவரை குத்தினீங்கன்னா வலி தெரியாது. கோமால இருந்தாலாவது இன்னைக்கு இல்லன்னா ஒரு மாசம் இல்ல ஒரு வருஷம்னு பிழைக்கற வாய்ப்பு இருக்கு. இவர் அப்பிடி இல்ல. அவர் இனி எழுந்து வரப்போறதில்லை. மருத்துவரீதியா அவர் இறந்து போயிட்டாரு... அதனால... நீங்க சொன்னீங்கன்னா வென்டிலேட்டரை நிறுத்திடுவோம்.'

அப்பா வயிறு ஏறி இறங்க திரையில் அவர் இருதயத்தின் துடிப்பு பளிச் பளிச்சென்று கண்சிமிட்ட அசைவில்லாமல், ஷவரம் செய்வித்து, அசந்து தூங்குகிற மாதிரி படுத்திருந்தார். மார்பில், கன்னத்தில் தொட்டால் வெதுவெதுப்பாக இருந்தது. கூப்பிட்டால் கண்ணை முழித்துப் பார்த்து சிரிப்பார் போல, வலி தெரியாமல் கவலைக் கோடுகள் இல்லாமல் அமைதியான முகத்தோடு இருந்தார்.

'வென்டிலேட்டரை நிறுத்திட்டா இறந்துபோயிட மாட்டாரா?'

'இப்ப அவர் இறந்துபோனமாதிரிதான். மூளை இயக்கம் நின்னுபோச்சு.'

‘நான் பேசறது கேக்குதாப்பா... கண்ணத் தெறந்து பாருங்களேன். ப்ரியாவும் குட்டியும் தாத்தா எப்ப வருவாங்கன்னு தெனமும் கேக்குதுங்க... அப்பா...’ தோளைப் பிடித்து மெல்ல உலுக்குகிறேன்.

‘மிஸ்டர் சுந்தரம், ப்ளீஸ்... நான் சொன்னேனில்லையா...’

‘தூங்கறாமாதிரி இருக்கு... இல்ல டாக்டர், எனக்கு மனசு ஒப்பலை. இருதயம் அடிச்சிகிட்டு இருக்கறவரு வாயிலந்து ட்யூபை புடுங்க என்னால முடியாது.’

‘இப்ப ஒண்ணும் அவசரம் இல்லை. உணர்ச்சிவசப்பட வேணாம். எல்லார்கிட்டயும் பேசுங்க. நான் உங்க நிலமைல இருந்தா எனக்குக்கூட இது கஷ்டமான முடிவுதான். அவசரமில்லை. யோசிச்சிட்டு சொல்லுங்க...’

கரிசனம் கலந்த குரலில் சொல்கிறார். கடைசியில் என்னிடம் அப்படிச் சொல்லதான் போகிறீர்கள் என்ற கணிப்பும் கூடவே ஒலிக்கிறது.

திருநீர்ப் பட்டையும் அதனிடையே குங்குமப் பொட்டும் இல்லாமல் மூளியான முகத்தில் அன்னிய களை வடிய வாய்பிளந்து வயிறு லேசாகப் புடைத்துப் படுத்திருந்த அப்பா சலனமில்லாமல் இருந்தார். உடம்பு கொஞ்சம் வற்றிப்போய் நரம்புக்கோடுகள் உடலெங்கும் விடைப்பாய்ப் பரவியிருந்தன. அந்த நிலையிலேயே ஆயிரம் கேள்விகள் கேட்கறமாதிரி தோன்றியது. காரில் தூக்கி வரும்போது முனகலும் நிலைகுத்தின பார்வையுமாய் என்ன சொல்ல வந்தார்? வழி நெடுக என் கைகளை இறுகப் பிடித்தபடி வந்தாரே... மரண பயமா? கடைசி வார்த்தைகளாய் என்ன சொல்லியிருப்பார்? குழந்தைகளை நல்லா பாத்துக்கோ என்றா? அம்மாவின் பிறந்தநாளுக்குச் செய்யும் தருமத்தை நிறுத்திடாதே என்றா? இரண்டு பெண்களும் தாத்தா தாத்தா என்று சுற்றி வர சந்தோஷமாகதானே இருந்தார்? கடைசியாக அவரிடம் என்ன பேசினேன்? நியாபகத்தைச் சுரண்டிப் பார்த்து நெஞ்சு கனத்தது. மூக்குக் கண்ணாடி ஃபிரேம் வளைந்து போய்விட்டது மாற்றணும் என்று இரண்டு தடவை சொன்னாரே... பாழும் அலுவலக அலைச்சலில் கூட்டிப்போக மறந்துவிட்டது. அஷ்டலஷ்மி கோயிலுக்குப் போகவேண்டுமென்றாரே... சுகிசிவம் புஸ்தகம் கேட்டாரோ... அவருக்குச் செய்யத் தவறியதும் செய்யத் தாமதித்ததுமாய்ச் சின்னச் சின்னதாய் மனதில் பிரண்டன. மறுபடி உடம்பு தேறி உட்கார்ந்து நாலு வார்த்தை பேசுவாரா... இல்லை இப்படியே நினைவு தப்பி உயிர் விலகிப் போய்விடுவாரா?

‘அப்பா...’ மார்பில் கை வைத்து அசைத்தேன். உடல் என் அசைப்புக்கேற்ற மாதிரி ஆடியது.

எலும்பு துருத்திக்கொண்டிருந்த மார்பு காட்டியபடி படுத்திருந்த பக்கத்துப் படுக்கைக்காரர் விழித்துக்கொண்டு கலங்கிய கண்களுடன் என்னைப் பார்த்தார். தொண்ணூறு வயது எட்டி மரணத்தின் விளிம்பில், மகன்கள் வெளியூரில் இருந்துகொண்டு தூரத்து உறவினர் ஒருவர் அவ்வப்போது வந்து எட்டிப்பார்த்துவிட்டுப் போக, சாவை எதிர்நோக்கியிருக்கும் துர்பாக்கியசாலி.

யாரு செல்வமா?

இல்லைங்க...

செல்வம் வந்துட்டானா... வெளிய இருந்தா வரச்சொல்றியா...

சொல்றங்க...

தவணை அட்டை தயவில் ஆஸ்பத்திரி செலவை ஒரு வாரம் சமாளித்தாகிவிட்டது. பி.எஃப் இல் ஏற்கெனவே கை வைத்து குறைத்திருந்ததால், அலுவலகத்தில் கூட்டுறவுக் கடனுக்கு விண்ணப்பம் கொடுத்தேன். அத்தனை வங்கிக் கணக்குகளையும் ஆராய்ந்து ஆங்காங்கே சொற்பமாய்ச் சேர்த்து வைத்திருந்த கையிருப்பு களைச் சுரண்டி எடுத்துக்கொண்டோம். என் உடமைகளைப் பட்டியலிடும்போது, என் முப்பத்தி எட்டு வயது வாழ்க்கையின் நிகர இருப்பு சொற்பமான சில ஆயிரங்களில் சுருங்கிப்போய் அவமானகரமாய் நின்றது. என் சம்பாத்தியத்தின் மிகப்பெரிய முதலீடாய், சவிதாவின் சிட் ஃபண்ட் சீட்டு பரிசு உந்துதலில் வாங்கிய சிட்லபாக்கம் அரை கிரவுண்டு நிலத்தின் பத்திரங்களை எடுத்து வைத்துக்கொண்டேன். ப்ரியா பேரில் போட்டிருந்த ஒரு ஃபிக்ஸட் டெபாசிட்டை உடைக்க சவிதா கொஞ்சம் வாக்குவாதம் செய்து கொஞ்சம் கண்ணீர்த் துளிகளுக்குப் பிறகு மௌனமாக ஒப்புக்கொண்டாள்.

அப்பா எல்லோரும் அவரைப் பார்த்துவிட்டுப் போவது தெரியாமல் படுத்திருந்தார். ப்ரியாவும் புஷ்பாவும் நாங்கள் சொன்ன சமாதானங்களில் நம்பிக்கை இல்லாமல், எங்களால் பதில் சொல்ல முடியாத கேள்விகளாய்க் கேட்டுவிட்டு திரும்பிப்போனார்கள். சவிதா, அப்பா ஜாதகத்தைத் தேடி எடுத்து கிரக நிலையைக் கண்டறிய அந்தப் பிரதேசத்து ஜோதிடர் நீலகண்ட மாமாவிடம் விசாரித்தாள்.

மருத்துவமனையில் சுற்று வரும்போது பார்க்கும் டாக்டர் என் முகம் பரிச்சயமாகி மெல்ல தலையசைத்துவிட்டு நான் ஏதாவது சொல்லுவேன் என்று எதிர்பார்த்தார். மருத்துவ ரீதியான ஆச்சரியங்கள், தத்துவம் எல்லாம் பேசிக் களைத்து நண்பர்கள் சினிமா, அரசியல் என்று விவாதிக்க ஆரம்பித்தார்கள். வைத்தியும் கருணாகரனும் வாரப்பத்திரிகைகள் கொண்டுவந்து படித்துக்கொண்டிருந்தார்கள்.

சவலான் வாசனை, வெக்கையில் பெருகிய வியர்வையில் பட்டுச் சிலிர்க்கும் ஐசியு அறையின் ஏசி குளிர், இயந்திரத் திரைகளின் பச்சை வர்ணத் துடிப்பு, என்னைப் பார்த்ததுமே 'சாருக்கு சக்கரை கம்மியா ஒரு காப்பி' என்று அறிவிக்கும் கேன்டீன் சேகர், ஐம்பது ரூபாய் கவனிப்பில் ஐசியுவில் டாக்டருக்குத் தெரியாமல் இரண்டு நிமிடம் அனுமதிக்கும் நர்ஸ் பொன்னம்மா, எல்லாம் பழகிப்போய்... முதல் நாள் அதிர்ச்சி மறைந்து, என் சாயந்தர நேரத்தின் சாதாரண நடப்புகளின் களமாய் ஆஸ்பத்திரி மரத்துப் போய்விட்டது.

அவரின் சாந்த முகம் கள்ளங்கபடமற்ற தன்மையில் உறைந்துபோய் சலனம் இல்லாமல் இருந்தார் அப்பா. அவர் தலையைக் கோதி, மார்பில் வருடி, கையை எடுத்துக் கைக்குள் போட்டு அழுத்தும்போது அத்தனை நாள் உணராத அவரின் ஸ்பரிசம் உணர்ந்து மனது விம்மியது. ஒரு தூங்குகிற குழந்தை மாதிரி அத்தனையையும் மௌனமாய் அங்கீகரித்த வண்ணம் படுத்திருந்தார். இரண்டாவது வார இறுதியில் மருந்துகள் நிறுத்தப்பட்டு வெறும் அட்ரினலின் உந்துதலில் இருதயம் மட்டும் இன்னும் சீராக அடித்துக்கொண்டிருக்க, நான் அவ்வப்போது அவர் காதருகில் குனிந்து அப்பா என்று அழைத்துக்கொண்டிருந்தது தெரியாமல், என் கண்ணீர் அவர் கன்னத்தில் படும் சிலிர்ப்பு உணராமல்... மௌனமாய் அடங்கிப்போனார்.

●

குடியிருப்பின் அருகில் வரும்போது தெரு ஓய்ந்துபோய் அமைதியாக இருந்தது. பக்கத்து ஃபிளாட்டின் கட்டட வேலைக் கழிவுகளாய்க் கம்பியும் செங்கல்களும் இறைந்திருக்க, அதை ஒட்டிய குடிசையில் வாட்ச்மேனின் போதை உளறல்கள் சத்தமாய் எதிரொலிக்கிறது. காம்பவுண்டு சுவரை ஒட்டிய தோட்டத்தின் கல்மேடையில் முழுக்கை பனியனும் வேட்டியுமாய் உட்கார்ந்திருந்த சேஷாத்ரி மாமா அரையிருட்டில் சட்டென்று அப்பா மாதிரி தெரிகிறார். கண்ணை மூடி ஸ்லோகம் சொல்லிக்கொண்டிருந்தவர் நான் வரும் அரவம் கேட்டுக் கண்ணைத் திறந்து சுலோகத்தின் ஊடே 'சுந்தரமா... அப்பிடியேதான் இருக்கா?' என்கிறார். என் தலையசைப்பைப் பார்த்துவிட்டு இரு கைகளையும் ஆகாயத்தின் திக்கில் காட்டிவிட்டு சுலோக முணுமுணுப்பைத் தொடர்கிறார்.

வீட்டுக்கதவு திறந்திருக்க வாசலில் அன்னிய காலணிகள் பார்த்து ஆயாசமாய் உணர்ந்தேன். உள்ளே நுழையும்போது இரண்டாவது மாடி சாவித்ரி அம்மாள் கணவரோடு உட்கார்ந்துகொண்டு சவிதாவிடம் 'நீ தான் கொஞ்சம் எடுத்துச் சொல்லணும்' என்று சொல்லிக் கொண்டிருந்ததை நிறுத்தி 'வந்துட்டாரே... நாங்க கிளம்பறோம்'

என்றார். 'ஏதாவது தெரிஞ்சதா...' என்றார் தொடர்ந்து. நான் அவர் கேள்வியின் நோக்கம் புரியாமல் மௌனமாய்த் தலையாட்டினேன்.

'இன்சூரன்ஸ் இல்லையாமே... இந்த ஆஸ்பத்திரி கொஞ்சம் காஸ்ட்லி வேற...'

'கிடைக்கல... எழுபத்தஞ்சு ஆச்சு. ஏற்கெனவே நிறைய கம்ப்ளயிண்ட்ஸ்.'

'நான் சவிதா கிட்ட அதான் சொல்லிண்டிருந்தேன். எனக்குல்லாம் எதுனா ஒண்ணுன்னா புசுக்குனு பிராணம் போயிடணும். இப்பிடி இழுத்துகிட்டு இருந்தா... நமக்கும் கஷ்டம், நம்மள வச்சிகிட்டு இருக்கறவங்களுக்கும் கஷ்டம்.'

மருத்துவமனைகள், மருத்துவர்களின் அஜாக்கிரதை, உயிர் பிரிந்த ஒரு சடலத்துக்கு மருத்துவம் பார்க்கும் ஒரு சினிமா காட்சி என்று பேசித் தீர்த்து எழுந்தார்கள். வாசன் விடைபெறும் முன் சன்னமாக 'கொஞ்சம் கஷ்டமான டெசிஷன்தான். ஆனா ப்ராக்டிகலாவும் யோசிக்கணு மில்லையா...' என்று முத்தாய்ப்பாகச் சொல்லிவிட்டுக் கிளம்பினார்.

அவர்கள் பேசி ஓய்ந்த அமைதியில் அப்பாவின் நினைவு மறுபடி சூழ்ந்துகொண்டது. அவர் அறையில் விளக்கு எரிந்து கொண்டிருந்த விதத்தில் அவர் அந்த அறையில் வழக்கம்போல சாய்வு நாற்காலியில் அமர்ந்து புத்தகம் படித்துக்கொண்டிருப்பார்போல நினைவு நீள தன்னிச்சையாய் அறையைநோக்கி நடந்தேன். சாய்வு நாற்காலியில் அவருக்குப் பதிலாக அன்றைக்குத் துவைத்துக் காய்ந்திருந்த துணிகள் சின்னக் குன்றுபோல குவிந்திருக்கின்றன. அறை முழுக்க அப்பாவின் தடயங்கள். மேஜை மேல் அவர் கடைசியாய்க் கேட்ட ஒலிப்பேழை யோடு டேப் ரெக்கார்டர், புத்தக அலமாரியில் லேட் கார்னிகி, தமிழ்வாணன்கள். பணம் சம்பாதிப்பது எப்படி, நூறு வயது வாழ்வது எப்படி என்று வாழும் ஆசையின் பிரதிபலிப்பாய்ப் புத்தக வரிசை. போர்த்திய புடவையும் பைசா அளவு பொட்டுமாய் கேமராவைத் தயக்கத்துடன் பார்க்கும் அம்மா, ஜன்னல் கம்பி நைலான் கயிறில் தொங்கிய வேட்டி, பிரியா கொடுத்த பிறந்த நாள் அட்டை, மருந்துகளின் பெயர்கள் நேர்த்தியாக எழுதி ஒட்டிய குடுவைகள் அடங்கிய பெட்டி... அத்தனையும் அவர் திரும்ப வரக் காத்திருந்தன.

'சாப்டறீங்களா?'

'இல்ல... கேன்டீன்ல எதோ சாப்டன்... குழந்தைங்க தூங்கியாச்சா?'

'இப்பதான். அடி வாங்கிகிட்டு அழுதுகிட்டே தூங்குச்சுங்க ரெண்டும். ரகளை தாங்கல. ஆஸ்பத்திரிக்குப் போய்ப் பாக்கணும்னு அடம்... நீங்க

காத்தால போயிட்டு ராத்திரி பன்னண்டு மணிக்கு வரீங்க... என்னால சமாளிக்க முடியலைங்க.'

'அப்பா வீட்டுல இல்ல. அவரை விட்டுட்டு இருக்க முடியலை அதுங்களால... சொல்லத் தெரியல பாவம்...'

அவர் கட்டிலில் உட்காருகிறேன். கட்டில் எழுப்பும் பழக்கப்பட்ட கிறீச் முனகலில் அவர் அங்கே இருப்பதுபோல தோன்றுகிறது. லேசான எண்ணெய்க் கறை படிந்த தலையணை உறை கொஞ்சமாய்க் கோடாலித் தைலம் வாசனையோடு அவரின் உடம்பு வாசனையைத் தாங்கிக்கொண்டிருக்கிறது. மெத்தையின் இடுக்கில் இன்ஹேலர் அவர் நினைவின் மிச்சமாய் நெருடலாய் நீட்டிக்கொண்டு...

'என்ன யோசிச்சீங்களா?'

யோசிப்பிலேதான் ஒவ்வொரு நிமிடமும் கழிகிறது.

'இன்னும் எத்தனை நாளைக்குதான் காத்திருக்கப்போறீங்க? இரண்டு வாரம் ஆயிடுச்சு. இதுவரைக்கும் ஐசியு, டயாலிஸிஸ், வென்டிலேட்டர், ஸ்பெஷலிஸ்ட் சார்ஜஸ்னு ஒரு லட்சத்துக்குக் கிட்ட ஆயிடுச்சுங்க. கைல இருந்த சேவிங்க்ஸ் எல்லாம் துடைச்செடுத்தாச்சு.'

'மாமா கிட்ட பேசியிருக்கேன். உதவி பண்றன்னு சொல்லியிருக்காரு. பணம் ஒரு பொருட்டில்ல சவிதா... சம்பாதிச்சிக்கலாம்.'

'எப்ப்டி? இத்தனை நாளு லட்ச லட்சமா சம்பாரிச்சா மாதிரியா? இல்ல, உங்க அப்பாருதான் சொத்துபத்து வச்சிட்டுப் போயிருக்காரா... சொந்தமா வீடுகூட இல்ல. இரண்டு பொட்டைப் புள்ளைங்க வேற... போன வருஷம் ஆஸ்பத்திரில பத்து நாள் கிடந்ததுக்கே நாப்பதாயிரம் ஆயிடுச்சு. இப்ப ஒரு லட்சம் ஆயிருச்சு. நாளைக்கு அவரு இறந்து போயிட்டா அதுக்கு வேற செலவு பண்ணணும்...'

'அவரு உயிரோட இருக்கும்போதே இப்பிடி பேசாத சவிதா... ஒரு சீக்காளியா சாவக்கிடக்கற ஆளா மட்டும் பாக்கற. எனக்கு அப்டி இல்ல.'

'அதுக்குன்னு இன்னும் ரெண்டு வாரம் இப்பிடி இழுத்துகிட்டுக் கிடந்தா இன்னொரு லட்சம் செலவு பண்ணிட்டு என்னையும் என் புள்ளைங்களையும் தெருவுல நிக்கவக்கப் போறீங்களா... வீட்டுச் செலவுக்கு எண்ணி எண்ணி செலவு பண்ணிகிட்டு, செத்துப் போனவரு வாயில குழாயைச் சொருகி காத்து அடிச்சிட்டு இருக்கறதுக்கு ஆயிரமாயிரமா செலவு பண்றதுல எதுனா அர்த்தம் இருக்கா சொல்லுங்க...'

நான் மௌனமாய்க் காத்திருந்தேன். சவிதா அழுது ஓய்ந்து 'என்னால முடியலங்க... எத நெனச்சு கவலப்படறதுன்னு தெர்யல...' என்றாள்.

'நானே மனசு பாரத்துல கிடக்கேன். இப்பிடி பேசினா என்ன பண்றது...'

'எனக்கு அவரு மேல அக்கறை இல்லாம சொல்லலை. ஒரு வருஷம் இல்ல ரெண்டு வருஷம் இல்ல. எட்டு வருஷமா அவரு சீக்காளி. காலைல கஞ்சி, மத்தியான சாப்பாடு, சாயந்தரம் டிபன், வீட்டுக்கு ஒரு சாப்பாடு, உப்பில்லாம அவருக்கு ஒரு சாப்பாடு, மாசாமாசம் அவரைக் கூட்டிகிட்டு ஆஸ்பத்திரி செக்கப், அவருக்கு வேளா வேளைக்கு மருந்து மாத்திரைன்னு ஓயாம பாத்துகிட்டன்ல? எனக்கு அக்கறையில்லாம நான் சொல்லலை. நடைமுறைல யோசிச்சுப் பாருங்க... ஒரு அவசரம் ஆபத்துன்னா உதவி பண்றதுக்கு உங்களுக்கு கூடப்பொறந்தவங்க யாரும் இல்லை. நம்ம பசங்களை நாமதான் பாத்துக்கணும் இல்லையா... நம்ம நிலமைல இந்த மாதிரி செலவு நம்மால தாங்க முடியாதுங்க. நாளைக்கே நமக்குன்னு ஒண்ணு வந்தா யாரு கிட்ட போய் நிக்கறது சொல்லுங்க.'

'அதுக்காக, இருதயம் அடிச்சிகிட்டு இருக்கறவரை மிஷினை நிறுத்தி கொல்லச் சொல்றியா...'

'உயிரோட இல்லங்க. டாக்டர் சொன்னாருல்ல, இனிமே அவரு எழுந்து வரப்போறதில்லன்னு. மூளை செத்துப் போச்சு, கிட்னி வேலை செய்யல... ஒவ்வொரு பாகமா நின்னு போயிருச்சு.'

'செத்துப் போயிருந்தா இருதயம் மட்டும் ஏன் அடிச்சிகிட்டு இருக்கு சொல்லு... அவரு இன்னும் போராடறாருன்னுதான அர்த்தம். உள் மனசுல அவருக்கு வாழற ஆசை இருக்குல்ல. இல்ல, அவரு திரும்பி வந்துருவாருன்னு நான் வச்சிருக்கற நம்பிக்கை அவரை வாழ வச்சிகிட்டு இருக்குதோ என்னவோ...'

சவிதா என்னை மௌனமாகப் பார்த்துக்கொண்டிருந்துவிட்டு எழுந்து வெளியேறினாள்.

எங்களுக்குள் அன்றையிலிருந்து பேச்சு நின்று போனது. என் தேவைகளுக்கு இயங்குகிற இயந்திரம் மாதிரி அவள் மௌனமாகச் செயல்பட ஆரம்பித்தாள். அப்பாவைப் பற்றி அதற்கு மேலும் அவள் பேசவில்லை. அதன் பிறகு மருத்துவமனைக்குப் போவதையும் நிறுத்தினாள்.

அலுவலக வேலையாய் மொரீஷியஸ் போகவேண்டியிருந்த பயணத்திலிருந்து நான் விலகிக்கொள்ள எனக்கு மாற்றாக லோகநாதன்

போனான். ஐந்தரை மணிக்கு நான் வீட்டுக்குக் கிளம்புவதில் நம்பிராஜன் முணுமுணுக்க ஆரம்பித்தார். அலுவலகம் விட்டுவந்து ஆறு மணிக்கு வந்து அங்கே உட்கார்ந்திருந்துவிட்டு இரவு தாமதமாய் வீடு திரும்பும்போது குழந்தைகளும் சில சமயம் சவிதாவும் தூங்கியிருந்தார்கள். வைத்தியும் கருணாகரனும் மருத்துவமனைக்கு வருவதை நிறுத்தி வீட்டுக்கு வந்து விசாரித்துக்கொண்டார்கள். ஐசியு நோயாளிகள் சிலர் இறந்தும் சிலர் குணமாகியும் போய், ஐசியு விருந்தினர் அறையின் புதிதாய்க் கவலை முகங்கள் வந்து சேர்ந்திருந்தார்கள். அவர்களது விசாரிப்புகளுக்குப் பதில் சொல்லி களைத்திருந்தேன். சவிதா, அப்பாவின் டைரியை ஆராய்ந்து அவர் நண்பர்கள், உறவினர்கள் பட்டியல் தயார் செய்து எல்லோருக்கும் தகவல் சொல்ல ஆயத்தமாய் இருந்தாள்.

மூன்றாவது வாரத்தில், 'அப்பா உடம்புக்கு எப்பிடியிருக்கு?' என்று கேட்டுக்கொண்டிருந்தவர்கள் எல்லோரும், 'என்ன முடிவு பண்ணீங்க...' என்று கேட்க ஆரம்பித்தார்கள்.

•

நம்பிராஜன் அறையில் நுழைந்ததும் அவர் தொலைப்பேச்சை அவசரமாய் முடித்துக்கொண்டு 'உக்காருப்பா' என்று கரிசனத்துடன் சொன்னார். 'அப்பாவுக்கு...?'

'அப்ப்டியேதான் இருக்கு.'

'ப்ரெயின் டெட்னு டாக்டர் சொல்லிட்டாராமே...'

'ஆமா... எதுக்கு கூப்டீங்க சொல்லுங்க' என்றேன். எனக்கு அந்த இரண்டு வாரமாகப் பழகிப்போன, நான் செய்யவேண்டியது குறித்த இன்னொரு அறிவுரையைக் கேட்கப் பொறுமையில்லை.

'பாஸ் கன்னா பின்னான்னு கத்தறாரு சுந்தரம். மொரீஷியஸ் நீ ஏன் போலங்கறாரு. உன் நிலைமையைச் சொல்லிட்டம்ப்பா... ஆனா அங்கபோய் லோகநாதன் சொதப்பிகிட்டு இருக்கான். எரர் வருதாம். இங்க விண்டோஸ் என் டில பண்ண ப்ரொக்ராம் விண்டோஸ் டு தௌசண்ட்க்கு கம்பாட்டிபுளா இல்லன்னு கிளையன்டு கிட்ட உளறியிருக்கான். ரீஜனல் செட்டிங்ஸ்ல எதாவது தப்போ என்னவோ தெர்யல. கிளையன்ட் கன்னாபின்னான்னு ஃபேக்ஸ் அனுப்பறான். பாஸ் செம்ம கடுப்புல இருக்காருய்யா...'

'நான் என்ன பண்ணணும் சார்?'

'சிஸ்டம் டிஸைன் பண்ணது முதக்கொண்டு ஸ்க்ரீன் ஷாட்ஸ் வரைக்கும் நீதான் பண்ணியிருக்க, வேற யாரையாவது அனுப்பினா

அவன் எப்பிடி சமாளிப்பான்... நீ மொரீஷியஸ் கிளம்பிப் போ... வேற வழி இல்ல. பெனல்டி கிளாஸ் இருக்கப்பா அக்ரீமெண்ட்ல...'

'எப்டி சார் இந்த நிலமைல?'

'மொரீஷியஸ் போக முடியாத பட்சத்துல சாயந்தரம் இருந்து ஆன்லைன்ல லோகநாதனோட கொஞ்சம் கோ ஆர்டினேட் பண்ணி ப்ரொக்ராம் பக்ஸ் சரி பண்ணுப்பா... நீ அஞ்சி மணிக்குக் கிளம்பிப் போயிடற. சமயத்துல காலைல லேட்டா வர. ஒரு வாரம் பத்து நாளுன்னா சரி சுந்தரம். மூணு வாரம் ஆவப்போவுது. அவரு நினைவோட இருந்தானாச்சும் பரவால்ல. நீ போறதுகூட அவருக்குத் தெரியாது... ஸாரி... இதுல நான் தலையிட விரும்பல. ஆனா நீ கொஞ்சம் யோசி. கம்பெனி நிலைமை உனக்குத் தெரியும். ஃபிலிப்பைன்ஸ் ஆபீஸை இழுத்து மூடியாச்சு. யூ.எஸ் டிவிஷன்ல எல்லாரும் பெஞ்ச்ல இருக்காங்க. ஏதோ இங்க நாலஞ்சி ப்ராஜெக்டை வச்சி ஓட்டிக்கிட்டு இருக்கம். அதுலயும் இப்பிடி டிலே ஆனா... இன்னிக்குப் போட்டும். நல்லா யோசி... உன்னால முடியாதுன்னா பாஸ் கிட்ட சொல்றதைத் தவிர வேற வழியில்ல...'

நம்பிராஜனின் எப்போதும் கேட்டிராத குரல் கடுமை மோட்டார் சைக்கிள் சப்தத்துக்கு மேலே எனக்குள் எதிரொலித்தது.

ஆஸ்பத்திரியில் இன்னொரு சங்கடம் காத்திருந்தது. எனக்காகக் காத்திருந்த திவாகர் என்னைப் பார்த்ததும் அசட்டுச் சிரிப்போடு வந்து நின்றான். 'மன்னிச்சிக்க சுந்தரம்... நீ கேட்டதுல பாதிதான் பிரட்ட முடிஞ்சது. திடீர்னு அவசர செலவு வந்துட்டது. நாளைக்கு மீதியைப் பிரட்டி எடுத்துகிட்டு வந்துடறேன்.'

'நாளைக்கு சனிக்கிழமை ஆச்சுதேப்பா...'

'அடடா... ஆமா... மறந்தேபோச்சு. திங்கக்கிழமை எடுத்தாந்துர்ரம்பா... சாரிப்பா.'

கடன் வாங்குபவனிடம் கோபிக்கவும் முடியாத சங்கடத்தில் நான் தலையாட்டினேன்.

தவணை அட்டை வங்கிப் பெண்மணி என் கெஞ்சலுக்குச் செவி சாய்க்கவில்லை.

'கிரெடிட் கார்ட் லிமிட் ஐம்பதாயிரம் அதிகமா கேட்டிருந்தன் மேடம்.'

'இருபதாயிரம்தாங்க அப்ரூவ் ஆயிருக்கு. போன வருஷம் நீங்க கார்டை உபயோகிச்ச ஆவரேஜ் பாத்து லிமிட் அதிகமாக்கியிருக்கு.'

'மெடிகல் எமர்ஜென்சி மேடம். போன வருஷத்து ஆவரேஜ் பாத்தா என்ன அர்த்தம்?'

'சாரி சார்... கிரெடிட் டிபார்ட்மெண்ட் அவ்ளோதான் அப்ரூவ் பண்ணியிருக்காங்க.'

காசு செலுத்தும் கௌன்டரில் அவகாசம் கேட்டபோது அந்த நிமிஷம் வரை புன்னகைத்துக் கொண்டிருந்த அந்தப் பெண்மணியும் என்னைச் சலிப்புடன் பார்த்தாள்.

'மூணு நாளைக்கு ஒருதரம் பில் க்ளியர் பண்ணணும்னு சொன்னேன் இல்லீங்களா. நேத்தே ட்யூ... ஒரு நாளு லேட்டா இன்னைக்கு அதுல பாதிப் பணம் கட்னீங்கன்னா நான் என்ன பண்றது சார்? கீழ பேஸ்மெண்ட்ல மேனேஜர் ரூமு இருக்கு, அவர் கிட்ட பேசுங்க ப்ளீஸ்... இதுல ஒரு கையெழுத்து வாங்கிட்டு வந்துடுங்க.'

அந்தப் பெண்மணி சாதாரணமாகச் சொன்னது, என் அடிபட்ட மனநிலையில் கடுமையாய் ஒலித்தது.

மேனேஜர் என்கிற, காகிதங்களை மட்டும் மேய்கிற நரை நபரிடம் அங்கிருந்த சிலர் முன்னிலையில் சங்கடத்துடன் நான் சொன்னதையெல்லாம், அவர் கேட்ட நிறையப் பொய்களில் ஒன்றாகப் பாவித்துக் கையெழுத்துப் போடும் முன் என்னைப் பார்த்த அந்த விநாடிப் பார்வை என்னை முதுகு வரை சுட்டது. காகிதத்தைத் திருப்பிக்கொடுக்கும் போது என்னைப் பார்க்காமல் நீட்டினார். அந்தக் காகிதத்தை கௌன்டர் பெண்மணி வாங்கி அவர் கையெழுத்தை மட்டும் பார்த்துவிட்டு என் கோப்பில் வைத்து மூடி எறிந்துவிட்டு அடுத்த ஆளிடம் காசு வாங்க புன்னகையுடன் தயாரானாள்.

என் செல்ஃபோன் சவிதாவின் கோபத்துடன் அலறியது.

'டெலிஃபோன் பில் கட்டினீங்களா...'

'மறந்துட்டேன் சவிதா... ஆபீஸ்ல கொஞ்சம்...'

'லைன் கட் பண்ணிட்டாங்க. ரெண்டு வாரமா ஓவர் ட்யூ. சாவித்ரி மாமி வீட்லந்து பேசறேன். ப்ரியாவை இங்க விட்டுட்டுப் போறன். சாவி அவங்ககிட்ட இருக்கு. சீக்கிரமா வந்தீங்கன்னா வாங்கிக்குங்க...'

'எங்க போற?'

'குட்டிக்கு காய்ச்சல், உடம்பு கொதிக்குது. காத்தாலயே சொன்னேன்... ஞாபகம் இருக்குல்ல? அவளை ஆஸ்பத்திரி கூட்டிட்டுப் போகணும்னு தோண வேணாம்? ஆபீஸ் போய் ஒரு ஃபோன் பண்ணி

விசாரிச்சீங்களா..? செத்துப் போனவரு பக்கத்துல உக்காந்துகிட்டு உசுரோட இருக்கறவங்களை சாவடிச்சிடுங்க...'

நான் என் அலுவலகச் சுமையையும் மருத்துவமனை சங்கடத்தையும் சொல்லும் முன் சவிதா இணைப்பைத் துண்டித்தாள்.

அந்தக் கணத்தின் நிராதரவற்ற தன்மையில் என்னுள் சகலமும் அறுபட்டு விழுந்தன. புன்னகையுடன் தொலைபேசியை எடுத்து அறிவிக்கும் அந்த வரவேற்பறை பெண், தாதிகளின் அந்தரங்கச் சிரிப்புப் பேச்சு, ஓடும் குழந்தைகள், மௌனமாய் ஐம்பது பேரின் உற்சாக ஆட்டம் காட்டும் தொலைக்காட்சி என்று அந்த மருத்துவமனையின் இயல்பே மாறிப்போய் அங்கே வளைய வரும் அத்தனை பேரும் உற்சாக இயந்திரங்களாகத் தென்பட, என் அவலம் மட்டும் பூதாகரமாய் என்னைத் துரத்தியது. அந்த மருத்துவமனையிலேயே நோயாளியாய் அப்பா மட்டும் படுத்திருக்க மற்றவர்கள் எல்லோரும் குணமாகிப் போகிற மாதிரி என் பச்சாதாபம் மனதில் படம் வரைந்தது.

சுழித்துக்கொண்டு சூறாவளியாகச் சுழன்ற நினைப்பு மனதில் வார்த்தைகளைக் கொட்டியது. 'போவட்டும்... எழுவத்து அஞ்சி வயசு வாழ்ந்தாச்சு. மனசு நோகாம வச்சிகிட்டு... பேரப் பிள்ளைங்களோடு சந்தோஷமா காலம் தள்ளியாச்சு. அவர் வாழ்ந்த காலத்துல இருந்த மதிப்பெல்லாம் தொலைஞ்சி போய் எல்லாரும் அவர் சாகறதுக்குக் காத்திருக்கற நிலையில இப்பிடிச் சீக்காளியா இழுத்துகிட்டுக் கிடக்கவேணாம். போவட்டும். பிழைச்சாலும் அரிச்சிப் போன உடம் போட மன்னாடிகிட்டு ஏன் இருக்கணும்... வென்டிலேட்டரை எடுத்துடச் சொல்லிடறேன்...'

ஐசியு அறைக்கு உள்ளே நுழைந்தபோது அப்பாவின் படுக்கையைச் சுற்றி இரண்டு தாதிகள் நின்றுகொண்டு உதவ, மருத்துவர் அப்பா மார்பில் கை வைத்து அழுத்தி அழுத்திப் பார்த்துவிட்டுக் கையை விலக்கினார். நான் வந்து நின்றதும் என் தோளை மெல்லப் பற்றி இறுக்கினார். அப்பாவின் இருதயத் துடிப்பு காட்டும் கருவி சோர்ந்துபோய் நீண்டு, ரத்த அழுத்தமானி பச்சையாய் இரண்டு மௌன வட்டங்களாய் நின்றிருந்தது. கண்கள் லேசாகத் திறந்து வாய் பிளந்து, அவர் உடம்பு மெல்லிய சாம்பல் நிறத்தில் லேசாக வெளுக்கத் துவங்க... அப்பா இறந்துபோயிருந்தார்.

வார்த்தை, டிசம்பர் 2009

யார் அது அழுவது?

பெங்களூரின் நவம்பர் மாத பின்னிரவுக் குளிர் சிலிர்க்கும் என் வீட்டுப் பால்கனியில் நின்று கதகதப்பாகச் சிகரெட் பிடிக்கும் போதுதான் கேட்டது அந்த ஒலி. ஒரு பெண் அழும் சப்தம். சின்னதாய் விசும்பல். கொஞ்சம் மௌனம். பின்னர் என்னமோ சொல்லி அரற்றல், மறுபடி அழுகை. பின்னிரவின் மௌனத்தில் தவழ்ந்து வந்த அந்தச் சப்தம் என்னை ஆட்கொண்டு அதுவரை நிச்சலனமாய் இருந்த உணர்வில் கரைந்து மனவருத்தத்தை அதிகரித்தது.

பால்கனி குளிர் எனக்கு ஒத்துக்கொள்வதில்லை என்றாலும் எனக்குச் சிகரெட் பிடிக்க அனுமதிக்கப்பட்டிருக்கும் ஒரே இடம் அதுதான். அங்கு நின்று பின்னிரவின் நிசப்தத்தில் சிகரெட் புகைக்கும் பத்து நிமிடங்கள் குடும்பம், அலுவலகம், சமூகம் என்று நாள் முழுக்க மிதிபடும் உணர்விலிருந்து விடுபட்டு நான் என்னுடன் மட்டும் செலவிட விருப்பத்துடன் எதிர்பார்க்கும் நேரம். மதியம் மூன்றிலிருந்து இரவு இரண்டு மணி வரை என்கிற வெளிநாட்டவர்களின் அட்டவணைக்கு அடிபணிந்த வேலை முடிந்து திரும்பிவரும் பின்னிரவில் எழும் பசி அடங்க ஏதாவது சாப்பிடுவது பழக்கமாகி விட்டது. சாப்பிட்ட பிறகு சிகரெட் புகைப்பதும் தொலைக்காட்சி பார்ப்பதும்கூட. வயிறு நிறைந்திருந்து, ஆசுவாசம் தரும் சிகரெட் புகைத்து, அலுவலகச் சுமையை மூழ்கடிக்கும் பின்னிரவு எம் டிவி நடனமும் பார்த்தால்தான் தூக்கம் வருகிறது.

'ராத்திரி ஒரு மணிக்கும் இரண்டு மணிக்கும் சாப்பிடாதீங்க. சுகர் ஏறிடும்' என்று அடிக்கடி மனைவியும் மூன்று மாதத்துக்கொரு முறை ரத்தப்பரிசோதனை செய்யும் மருத்துவரும் சொன்னாலும் தவிர்க்க முடிகிறதில்லை அகால வேளைச் சாப்பாட்டை. 'ஜெனரல் ஷிஃப்டுக்கு மாத்தல் வாங்கிக்கங்களேன், வேற கம்பெனி வேலை பாருங்களேன். தினமும் ஒரு மணி நேரம் தியானம் பண்ணுங்க...' நிமிடத்துக்கு நிமிடம் மன அழுத்தம் தரும் நடைமுறை வாழ்க்கையை அறியாமல் கொடுக்கப்படும் உபதேசங்கள் மாதாமாதம் கை நிறைக்கும்

சம்பளப்பணம் வங்கியில் விழும்போது மறந்து போகிறது. வாழ்க்கைக்குச் சம்பாத்யம் வியாதிக்கு மருந்து என்றாகிப்போன வாழ்க்கை. வியாதிகள் பீடிக்கும் முன் வேண்டிய அளவு சம்பாதிக்க வேண்டிய வேகமான வாழ்க்கை.

'உங்க டீம்ல இருந்து ராஜினாமா பண்ண நாலு பேரோட வேக்கன்ஸியை நிரப்பவேணாம்னு உத்தரவு... பிசினஸ் டல்லடிக்கறதால புதுசா ஆள் எடுக்கறது தற்காலிகமா நிறுத்தியிருக்கு... இருக்கறவங்களுக்கு வேலையைப் பிரிச்சுக் குடுத்துடுங்க.'

கண்களைக்கூட பார்க்காமல் உயரதிகாரி சொல்கிறார். போனஸ், சம்பள உயர்வு நின்று போய், இருபத்து ஐந்து சதவீதம் சம்பளம் வெட்டியது போதாது என்று இன்னும் கொஞ்சம் பாரம் ஏற்றும் தயவுதாட்சண்யமில்லாத முதலாளிகள்.

மறுபடி அழுகைச் சப்தம். தலையை நீட்டி உற்று நோக்குகிறேன். இருபத்து ஐந்து மாடிகள் இருக்கும் ஆரவாரமான குடியிருப்புக் கட்டடம். எதிரில், பக்கவாட்டில் என்று மூன்று பக்கங்களிலும் நீளும் வரிசை வரிசையான வீடுகளில் நிறைய விளக்கணைத்து இருளில் அமிழ்ந்திருந்தன. எஞ்சியிருந்த வீடுகளில் அறை விளக்கும் தொலைக்காட்சியிலிருந்து சிதறும் வெளிச்சமும் வர்ணத்திட்டுகளாகத் தெரிந்தன. இன்னும் விழித்துக்கொண்டிருக்கிறவர்கள். இந்தப் பின்னிரவில் தூக்கத்தைத் தள்ளிப்போட்டு அன்யோன்னியமாய்ப் பேசிக்கொண்டிருக்கும் கணவன் மனைவியாகவோ, தந்தை மகனாகவோ, அம்மாவும் பெண்ணாகவோ இருக்கச் சாத்தியமில்லை. என்னைப்போலவே பின்னிரவில் படுத்து நடுப்பகலில் எழுந்திருக்கும் அலுவல் வாய்த்தவர்களாய் இருக்கலாம் அல்லது சமீபத்தில் வேலை பறிபோய் அடுத்த நாள் அலுவலகம் போகவேண்டிய கட்டாயம் இல்லாதவர்களாய் இருக்கலாம். சப்தம் எங்கிருந்து வருகிறது என்று கவனிக்கிறேன். என் பன்னிரண்டாவது மாடி வீட்டிற்கு மிக அருகாமையிலிருந்துதான். மேல் தளத்திலோ பக்கவாட்டில் நீளும் வீடுகளில் ஒன்றிலிருந்தோதான் அந்தச் சப்தம் வருகிறது.

சிகரெட் நெருப்பு கைவிரல்களுக்கு அருகில் வந்த வெப்பம் சுட, பால்கனி ஓரமாய் வைத்திருக்கும் மண் சாடியில் அதனை அணைத்துப்போடுகிறேன். உள்ளே சென்று மூன்றாவது படுக்கை அறை தொலைக்காட்சியை இயக்கி என் மனைவியின் டெலி சீரியல் சேனலில் இருந்து விடுபட்டுப் பத்து விநாடிகளுக்கு ஒன்றாய் ஒவ்வொரு சேனலாகத் தாவுகிறேன். எந்தப் பத்து விநாடிகளில் என் கவனத்தை ஈர்க்கும் நிகழ்ச்சியை இறைத்துக்கொண்டிருக்கிறதோ அந்தச் சேனலுடன் ஐக்கியமாகிவிடுவேன். இடையைச் சுழற்றிச்

சுழற்றி ஆடும் யுவதிகளோ, சகட்டுமேனிக்குச் சுட்டுத் தள்ளுபவனையோ, எதிரிகளைச் சப்தம் வர கழுத்தை முறித்தோ, இடுப்பை ஒடித்தோ கொல்லும் ஆஜானுபாகுவனோ வந்தால் நின்று கவனிக்கும்படி என் தொலைக்காட்சி ரசனை மாறிப்போய்விட்டது. இலக்கில்லாமல் கிடைத்ததைப் பற்றிக்கொண்டு அதையே ரசிக்கும் நம் வாழ்க்கைபோல.

சேனல் மாற்றும்போது கிடைத்த கொஞ்ச அமைதியில் மறுபடி அந்த அழுகை ஒலி என்னைக் கலைக்கிறது. தொலைக்காட்சி பார்க்கும் என் உத்வேகத்தை அந்த அழுகை ஒலி சிதைத்துவிடுகிறது. ஓசையை மட்டுப்படுத்தி வெறும் காட்சியில் கண்ணும் அந்த அழுகையில் காதுமாய்க் காத்திருக்கிறேன்.

ஏன் அழுகிறாள் அந்தப் பெண்? அதுவும் இந்தப் பின்னிரவில். ஊரிலிருந்து ஏதும் கெட்ட செய்தி வந்திருக்குமா? தனித்து வாழும் பெற்றோர்களோ இல்லை வெளிதேசத்தில் வாழும் நெருங்கிய குடும்பத்தாரோ இறந்து போய்விட்டிருப்பார்களோ? இந்த வீட்டிலேயே யாராவது இறந்து போய்விட்டார்களா? காதல் தோல்வியா? தனிமையில் கிடந்து உழல்பவளா? குடிகாரக் கணவன்? அழத்தான் எவ்வளவு காரணங்கள் இருக்கின்றன!

மனைவியை எழுப்பிக் கேட்கவேண்டும் போல இருக்கிறது. அவள் படுக்கை அறைக்கதவு வழக்கம் போல மூடியிருக்கிறது. என் பின்னிரவு வருகையினால் எழும் தொடர் அரவம் கேட்டு அவள் உறக்கம் கலைந்து போகாமலிருக்க அவள் எப்போதும் தன் சயன அறையை மூடியே வைத்திருப்பாள்.

பலத்த காற்றில் அடித்துக்கொள்ளும் வாயில் கதவின் ஓசையோ, நான் சாப்பிட்டுவிட்டு சமையலறையில் வைக்கும்போது தவறிவிழும் பாத்திரங்களின் சப்தமோ கேட்டு அவள் திடுக்கிட்டுப் பலமுறை தூக்கம் இழந்திருக்கிறாள். பின்னிரவில் உறக்கம் கலைந்து எழுந்தால் ஐந்து மணிக்குத் துவங்கும் சமையல், குளியல், பூஜை, ஒன்பது இருக்க வேண்டிய அவள் பணி, வீட்டிற்கு வந்து குழந்தைகளுக்குப் பாடம் என்று நீளும் அவளின் அடுத்த நாள் தலைவலியுடன் ஆரம்பிக்கிறது என்று இந்தக் கதவடைப்பு வழக்கம். நான் தூங்கப்போகும்போது படுக்கை அதிராமல் மிகுந்த கவனத்துடன் மென்மையாகப் படுக்கையில் படர்ந்து போர்வையை இழுத்துப் போர்த்திக் கொள்வேன். இருந்தும் என் இருமலோ, முனகலோ, சிகரெட் நாற்றமோ கலைத்துவிட, சலிப்புடன் அவள் திரும்பிப் படுத்துக்கொள்வாள். அநேக சமயங்களில் நான் அவளைத் தொந்தரவு செய்யலாகாது என்று இன்னொரு அறைக்குப் போய்ப் படுத்துக்கொண்டு இரவுகளின் தனிமை எங்கள்

இருவருக்கும் பழகிவிட்டது. மூன்று படுக்கை அறைகள் கொண்ட இந்தப்பெரிய வீட்டை வாங்கியது வீணாகவில்லை.

மூன்றாவது படுக்கை அறைக்குப் போட்டியாக இருந்த என் பெற்றோர்கள் என் மனைவியுடன் ஒத்துப்போகாமல், எங்களை விட முக்கியமான பதவியிலும் அதற்கேற்ற மனஅழுத்தத்திலும் இருக்கும் என் அண்ணன் அண்ணியோடு மும்பையிலும் இருக்கப் பிடிக்காமல் அவர்களின் சம வயது அந்நியர்களுடன் இருக்க ஆசைப்பட்டுக் கல்பாத்தியில் ஓர் ஆடம்பரமான முதியோர் இல்லத்தில் வசிக்கிறார்கள். ஒரு வருடமாய் அங்கே தங்கியிருக்கிறார்கள். நல்ல பத்திய சமையல், அருகிலேயே கோயில் குளம், உபன்யாசங்கள், நிறையப் பேச்சுத்துணை, பணிவிடை செய்ய ஆள் என்று மிகச் சௌகர்யமாகவும் சந்தோஷமாகவும் இருப்பதாகச் சொல்லி, அதெல்லாம் எங்கள் வீட்டில் கிடைக்காததை உணர்த்தி அவ்வப்போது எனக்கு ஃபோன் செய்வார்கள்.

வீட்டுப்பொறுப்போடு அலுவலகச் சுமையையும் சுமக்கவேண்டிய அவசியத்தை என் மனைவி வலிய வந்து உருவாக்கியிருந்தாள். வயதான பெற்றோர், ஒரு முடமான தங்கை என அவள் சம்பளப்பணத்தை எதிர்பார்த்து மூன்று நபர்கள் இருக்கிறார்கள். எங்கள் வீட்டில் இல்லாவிட்டாலும் அவர்களும் இந்தக் குடும்பத்தின் நீட்சி. விவாகத்திற்கு என்னைத் தேர்ந்தெடுக்கும்போதே தான் சம்பாரிப்பது தன் குடும்பத்தாருக்கு என்ற நிபந்தனை விதித்திருந்தாள். அவள் அழகிலும் என் அவசரத்திலும் அப்போது பெருந்தன்மையோடு அதற்கு ஒப்புக்கொள்ள நான் தயங்கவில்லை. பன்னிரண்டு வருடங்கள் தாண்டி, வேலையைத் தக்க வைத்துக்கொள்ளச் செய்யும் பிரயத்தனங்களும், சம்பாத்தியத்துக்காகச் செய்யவேண்டிய அனுசரணைகளும் சலித்துப்போய் எங்களுக்குப் பிள்ளைகள் பிறந்து அவர்களைப் பராமரிப்பது எவ்வளவு கடினமான காரியம் என்று புரிந்துகொண்டபோது என் பெருந்தன்மை மீது இப்போது எனக்கே அவ்வப்போது லேசான கோபம் எழுவதுண்டு.

இரண்டாவது படுக்கை அறையை மென்மையாகத் திறந்து பார்க்கிறேன். என் இரண்டு குழந்தைகளும் ஆழ்ந்து தூங்கிக் கொண்டிருக்கிறார்கள். விளக்கைப் போட்டு அவர்கள் தூங்குவதை நின்று பார்க்கிறேன். சப்தம் எழுந்தாலோ, விளக்கு எரிந்தாலோ நித்திரை கலையும் மனச்சுமையால் விளையும் வளர்ந்தவர்களின் உபாதைகள் இல்லாதவர்கள். அவர்கள் உறங்குவதைப் பார்க்கவே அழகாய் இருக்கிறது. துப்பட்டாவை இழுத்து அவர்கள் கழுத்து வரை மூடுகிறேன். தலைமுடியைக் கோதிவிட்டுக் கன்னத்தை வருடுகிறேன். அவர்களின் ஸ்பரிசம் மென்மையான ஆனால் வருத்தம் சூழ்ந்த

உணர்வுகளைத் தூண்டிவிடுகிறது. பின்னிரவில் இப்படி அவர்கள் தூங்குகையில் பார்க்கறது கூட, ராத்திரி இரண்டு மணிக்குச் சாப்பிடும், புகைபிடிக்கும், தொலைக்காட்சி பார்க்கும், என் இதர தினசரி வழக்கங்களில் ஒன்றாகிவிட்டது. நான் எழுந்திருக்கும் முன் அவர்கள் பள்ளி சென்றுவிட்டு அவர்கள் வீட்டுக்கு வரும் முன் நான் அலுவலகம் போகும் எங்கள் விநோத அட்டவணையில் ஞாயிறு, விடுமுறைகள் தவிர மற்ற நாட்களில் தொடர்ச்சியாய் நான்கு, ஐந்து நாட்கள் அவர்களை என்னால் பார்க்க முடிகிறதில்லை.

அருமையான குழந்தைகள். பெற்றோர்களை எதிர்பார்க்காமல் பணிப்பெண் சமைத்துவிட்டுப் போகிறதைச் சாப்பிட்டு, பள்ளி விட்டுத் திரும்பிவந்ததும் வீட்டுப்பாடம் செய்துவிட்டு, அவர்களே பீட்சா, நூடுல்ஸ், சாண்ட்விச் என்று சமைத்துச் சாப்பிடத் தெரிந்தவர்கள். நறுக்கிவைத்த மஞ்சள் பசை காகிதத்தில் சின்னச் சின்னதாய் எனக்கும் என் மனைவிக்கும் அவர்கள் போகும் இடம், அவர்களின் கால்பந்தாட்டப் போட்டிகள், நண்பர்கள் வீட்டுப் பார்ட்டி என்று தகவல்கள் எழுதி வீட்டில் அதற்கென்று நியமிக்கப்பட்ட இடத்தில் ஒட்டி வைத்து, அலுவலகத்தில் மன்றாடும் எங்களிருவரிடமும் தேவைப்பட்டபோது மட்டும் பேசப் பழகியவர்கள்.

வீட்டுச்சாவியை எடுத்துக்கொண்டு கதவை மெல்ல சார்த்திவிட்டு லிஃப்டில் கீழே வருகிறேன். கீழிறங்கியவுடன் விரியும் தளத்தின் ஒரு பகுதியில் வீட்டு எண்ணுடன் ஒவ்வொரு வீட்டின் உரிமையாளர்களின் பெயர்கள் பட்டியலிட்டிருக்கிறது. நின்று பார்க்கிறேன். என் மாடியில் இருப்போர் அதன்மேல் அதன்கீழ் என்று பெயர்களைப் படிக்கிறேன். அந்தப் பெயர்களில் ஒன்று கூட எனக்குப் பரிச்சயமில்லை. அந்தக் குடியிருப்பில் இருந்த இரண்டு வருடங்களில் என் பக்கத்து, எதிர்த்த வீட்டுக்காரர்களில் ஒருவரிடமும் நட்பு பாராட்டியதில்லை. அதற்கு என் அலுவலும் அதன் விநோத வேலை நேரங்களும் அனுமதிப்பதில்லை. மற்றவர்கள் லிஃப்டில் போகும்போது, காரை நிறுத்திவிட்டு வரும்போது இடைப்பட்டவர்களைச் சந்தித்து, சந்தித்தவரின் முகம் பிடித்துப்போனாலோ அல்லது அவன் சமூக நிலை அவன் நட்பைப் பெறுதல் அவசியம் என்பதை உணர்த்தினாலோ பரஸ்பர விசாரிப்புகள் செய்து, கைகுலுக்கி சில சமயம் வீட்டிற்கு அழைத்து நண்பர்களாகிப் போகிறார்கள். எனக்கு அந்தச் சௌகர்யங்கள் வாய்த்திருக்கவில்லை. என்னைப் போல அகால வேளையில் அலுவலகம் விட்டு வருபவர்களை எதிர்கொள்ளும்போது என்னைப்போலவே வெறுப்புற்ற மனநிலையில் வரும் எதிராளியுடன் பேசி நட்பு பாராட்ட உத்வேகம் ஒன்றும் இருப்பதில்லை. ஒரு கட்டடத்தில் இருநூறு வீடுகள் என்று கங்கா, யமுனா, காவிரி என்று

நதிகள் பெயர் வைத்த பத்துக் கட்டடங்கள் முளைத்திருக்கும் ஆரவார மான ஐம்பது ஏக்கர் இடத்தில் எல்லோருமே அன்னியர்களாய்த்தான் தெரிகிறார்கள்.

எங்களைப் போன்ற தனியர்களை இணைப்பதற்காகவே குடியிருப்பில் தீபாவளி, பொங்கல், ஓணம், சங்கராந்தி, ஹோலி, தசரா என்று மாநில அப்பியாசங்களை மனதில் கொண்டு மைதானத்தில் படுதா கட்டி உணவு வகைகள் விற்று, சிறுவர்களை விளையாடவிட்டு, பரிசுகள் தந்து குதூகலமான சூழலைக் கொணர மிகுந்த பிரயத்தனங்கள் செய்கிறார்கள் குடியிருப்பில் இயங்கும் கமிட்டியை நிர்வகிப்பவர்கள். குதூகலம் சிறுவர்களுடன் நின்றுவிடுகிறது. அவர் தம் பெற்றோர்கள் பரஸ்பரம் வாழ்த்துச் சொல்லிவிட்டுப் பாப்டி சாட்டும் ஜிலேபியும் சாப்பிட்டு விட்டு லிஃப்ட் ஏறி அவரவர் வீட்டுச் சிறைக்குள் நுழைந்தவுடன் அலுவலுடனும் அவசரத்துடனும் ஐக்கியமாகி விடுகிறோம்.

வெளியே வந்து என் கட்டடத்தின் முன் நின்று ஒவ்வொரு மாடியாக விரலால் எண்ணி என் வீட்டைக் கண்டுபிடிக்கிறேன். என் பன்னிரண்டாவது மாடிமுழுக்க என் வீட்டைத் தவிர இருளில் நிம்மதியாய் இருக்கிறது. பதிமூன்றில் இரண்டு, பதினான்கில் ஒரு வீட்டில் என்று ஒன்றிரண்டு வீடுகளில் வெளிச்சம் தெரிகிறது. அந்த வீடுகளில் ஒன்றில் ஏதாவது அசம்பாவிதம் நடந்திருக்குமா? நுழைவாயிலில் இருக்கும் செக்யூரிட்டி ஆளை ‘ஆம்புலன்ஸோ, காரோ வந்ததா? இல்லை யாருக்காவது ஏதாவது நடந்ததா?’ என்று விசாரிக்கிறேன். இல்லை என்கிறான். ‘ஏன் கேட்கிறீர்கள் சாப்’ என்கிறான் எழுந்து.

‘என் வீட்டில் அழுகை சப்தம் கேட்கிறது. என் வீட்டிற்கு அருகிலிருக்கும் அபார்ட்மெண்டில் யாரோ அழுதுகொண்டிருக்கிறார்கள்.’

அவன் என்னை அசாதாரணமாய்ப் பார்க்கிறான். ‘புருஷன் பொண்டாட்டி சண்டை எதாவது ஆகியிருக்கும் சாப்’ என்கிறான் சாதாரணமாய். தம்பதியர்கள் இருவருக்குள் மனஸ்தாபம் ஆனால் அது மனைவியின் அழுகையில் இறுதியாய் முற்றுப்பெறும் என்ற தெளிவு அவன் அனுபவரீதியாகவோ அல்லது அவன் பார்க்கும் எண்ணற்ற தமிழ் சினிமா மூலமாகவோ அல்லது அதன்வழி வந்த டெலி சீரியல்கள் மூலமாய் அவன் கற்றதாய் இருக்க வேண்டும். அப்படி ஒரு பெண் அழுவதைப் பற்றி அதிகம் அலட்டிக்கொள்ளத் தேவையில்லை என்கிற மாதிரி பதில் சொல்லிவிட்டுத் தனக்கு நியமிக்கப்பட்ட இருக்கையில் அமர்ந்துகொண்டான்.

கணவன் மனைவி சண்டை சச்சரவுகள் சாதாரணமானவை. குடியிருப்புகளில் இருக்கும் இதர வீடுகளில் கேட்கும்படிதான் நிகழ்கின்றன. ஒன்றுக்கொன்று பின்னிப்பிணைந்த வீடுகளின்

அமைப்பினாலும் எதிரும் புதிருமாகத் திறந்திருக்கும் படுக்கை அறை சன்னல்களினாலும் அந்தச் சப்தம் கசிந்து இதர வீடுகளுக்குக் காற்றில் அடித்துக்கொண்டு வந்து ஒலிபரப்பாகும். சண்டையிடுபவர்களை விட அதைக் கேட்பவர்களுக்கு அதிக சங்கடத்தை உண்டுபண்ணும். திரைச்சீலையை இழுத்துவிட்டு ஓரமாய்க் கொஞ்சம்போல் விலக்கி அதிலிருந்து ஆர்வமாய்ப் பார்ப்பது, எல்லாப் பல மாடிக் கட்டட அபார்ட்மெண்டுகளிலும் கடைப்பிடிக்கப்படுகிற மரியாதை தெரிந்த நடத்தை.

இன்னொரு சிகரெட் பற்றவைத்துக்கொண்டு குடியிருப்பைச் சுற்றி நடக்கிறேன். அதிகாலை உறக்கத்துக்குத் தயாராக உட்கார்ந்து உறைந்துபோன காவல்காரர்கள் என்னைப் பார்த்ததும் இயல்பாய் எழுந்து நடக்கிறார்கள். அங்கேயும் இங்கேயுமாய் விளக்குகள் எரிகின்றன. என்னைப் போல நிறையப் பேர் உறக்கம் பிடிக்காமல் என்னவாவது செய்துகொண்டிருப்பது எனக்குக் கொஞ்சமாய் மனத்திருப்தியை அளிக்கிறது. லிஃப்ட்டில் ஏறி இரண்டு மாடிகள்மேல் சென்று கொஞ்சம் நடக்கிறேன். என் மாடிக்கு வந்து கதவைத் திறந்து கொண்டு உள்ளே நுழைகிறேன். பால்கனியில் நின்று கொஞ்ச நேரம் கூர்ந்து கேட்கிறேன். அழுகை ஒலி நின்றுவிட்டது போலிருந்தது. அழுது அழுது அந்தப் பெண் அடங்கியிருக்கவேண்டும் என்று தோன்றியது.

கதவை மூடிவிட்டு உள்ளே வந்து அன்று உட்கொள்ளவேண்டிய என் மாத்திரைகளை விழுங்குகிறேன். தூக்கம் சரியில்லாத என் வழக்கங் களால் அகாலவேளை சாப்பாடு ஜீரணமாகி முக்காமல் முனகாமல் வெளியேற வேண்டிய அவசியம் கருதி மருத்துவர் பரிந்துரைத்த கசப்பு மலச்சிக்கல் மருந்தையும் தண்ணீரில் கரைத்துக் குடிக்கிறேன். அந்தக் கசப்பு போக, எனக்கு அனுமதிக்கப்படாத வாழைப்பழம் ஒன்றை எடுத்துச் சாப்பிட்டுவிட்டு தோலை மறக்காமல் சமையலறைக் குப்பைத் தொட்டியில் போடுகிறேன். தொலைக்காட்சியை ஓசையடங்க வைக்கிறேன். ஆடும் நடன நடிகர்களைப் பார்த்தபடியே தூங்கிப் போகிறேன்.

அழுகை ஒலி தொடர்கிறது. என் முன்னால் திரள் திரளாய் ஜனங்கள் அழும் ஒரு குரலை தொடர்கிறார்கள். நான் ஜனத்திரளில் நுழைந்து ஒவ்வொருவரையும் தள்ளிக்கொண்டு முன்னேறி முதலில் போய்க் கொண்டிருக்கும் அந்தப் பெண்மணியின் முகத்தைப் பார்க்க விழையும் போது விழித்துக்கொள்கிறேன். கடிகாரம் ஒன்பது மணி என்கிறது. எழுந்து கதவைத் திறந்து மனைவி பெயரைச் சொல்லி கூப்பிடுகிறேன். பதிலில்லை. அவள் அப்போதுதான் கிளம்பியிருக்கவேண்டும். தொலைபேசி வைத்திருக்கும் மேஜை மேல் மஞ்சள் பசை காகிதங்கள் என் குடும்பத்தாரிடமிருந்து செய்திகளைத் தெரிவிக்கின்றன.

‘அப்பா, வரும் வாரம் என் பிறந்த தினத்திற்கு புது சைக்கிள் வாங்குவதாய்ச் சொல்லியிருக்கிறாய்’ என்று நியாபகப்படுத்துகிறது ஒன்று.

‘கீ போர்ட் கிளாஸ் நிறுத்தப்போகிறேன். எனக்குப் பிடிக்கலை’ என்று இன்னொன்று.

‘என் சித்திக்கு உடம்பு சரியில்லை என்று ஃபோன் வந்தது. வரும் வாரம் நான் அம்பாசமுத்திரம் போகவேண்டியிருக்கும்... எழுந்தவுடன் ஃபோன் பண்ணவும்’ என்கிற மனைவியின் காகிதம்.

சப்தம் முடக்கப்பட்ட என் செல்பேசி நான்கு நபர்களின் அழைப்புகளை நான் தவறவிட்டு விட்டதாய்ச் சொல்கிறது. எழுந்ததும் நான் கவனிக்கவேண்டிய வேலைகளைக் குறித்த மின் அஞ்சல்களைப் பட்டியலிட்டிருக்கிறது என் ப்ளாக் பெர்ரி.

நான் தன்னிச்சையாக பால்கனியில் போய் நிற்கிறேன். நேற்றைய அவலங்களைத் தொலைத்த புதிய நாள். மிடுக்காக உடையணிந்த கணவான்கள் அலுவலகம் விரைந்து கொண்டிருக்கிறார்கள். கொஞ்சம் வயதான கணவான்கள் காலை நடை போய்க்கொண்டிருக்கிறார்கள், பெண்கள் அங்கங்கு நின்று பேசிக்கொண்டிருக்கிறார்கள். அழுகைக்குப் பதிலாய் உற்சாகமான தொலைக்காட்சிப் பாடல்கள், கட்டட வேலை நடக்கும் அருகாமை இடத்திலிருந்து இயந்திரங்களின் இரைச்சல், எங்கேயோ ஒலிபெருக்கியில் கேட்கும் சினிமா பாடல், விமானம் போகும் ஓசை, நாய்கள் குரைக்கும் சப்தம்... அந்தப் பெண் இன்னும் அழுதுகொண்டிருக்கிறாளா, இல்லை இந்த இரைச்சலில் அவள் அழுகைச் சப்தம் கேட்கவில்லையா? அழுது ஓய்ந்து உறங்கி காலை எழுந்து அவள் செய்யவேண்டிய கடமைகள் துரத்த அலுவலகம் சென்றுவிட்டாளா அல்லது வீட்டு வேலையில் மூழ்கிவிட்டாளா?

மறுபடி படுக்கையில் போய் விழுகிறேன். இன்னும் பாக்கி இருக்கற மூன்று மணி நேரத் தூக்கத்தைப் பிடிக்க முயல்கிறேன். அந்த அழுகைச் சத்தம் அடங்கிவிட்டதில் மனது சமாதானமாய் இருக்கிறது. போர்வையை இழுத்துப் போர்த்தித் தூங்க முயல்கிறேன். மெல்ல மெல்ல தூக்கத்தை எட்டிப் பாதி விழிப்பும் பாதி நித்திரையுமாய் உணர்வு மழுங்கி அந்த அழுகை என் வீட்டிலிருந்தே கூட வந்திருக்கலாம் என்று தோன்றிய வேளையில் தூங்கிப்போகிறேன்.

ஆனந்த விகடன், அக்டோபர் 2009